ஜோதிட
ஆராய்ச்சித் திரட்டு
(மூன்றாம் பாகம்)

ஷட்பலம் – ஆயுர்தாயம் – காலச்சக்கர தசா –
ஓரா லக்னம் – கடிகா லக்னம் – தாரா லக்னம் –
இந்து லக்னம் – ஜெய்மினி லக்னம்

பிரபல ஜோதிட ஆராய்ச்சியாளர்
ஜோதிடப் பேராசிரியர்
ஜோதிஷ்வாசஸ்பதி – தெய்வக்ஞசிரோமணி
மு.மாதேஸ்வரன் MICAS.,

விஜயா பதிப்பகம்
20, ராஜ வீதி
கோயம்புத்தூர் - 641 001.

© விஜயா பதிப்பகம்

ஜோதிட ஆராய்ச்சித் திரட்டு (மூன்றாம் பாகம்)

Jothida Aaraichi Thirattu (III - Part)

ஆசிரியர் : **மு. மாதேஸ்வரன் MICAS**

பதின்மூன்றாம் பதிப்பு : 2022

விஜயா பதிப்பகம்

20, ராஜ வீதி, கோயம்புத்தூர் - 641 001.

0422 - 2382614 / 90470 87058

vijayapathippagam2007@gmail.com

ஒளியச்சு / புத்தக வடிவமைப்பு : **ஐரிஸ் கிராபிக்ஸ், கோவை.**

அட்டை வடிவமைப்பு : **தத்ரூபா கிராபிக்ஸ், கோவை.**

அச்சாக்கம் : **ஜோதி எண்டர்பிரைசஸ், சென்னை - 5.**

ISBN - **81-89796-60-7** / பக்கம் : 208 / **விலை : ரூ.**160/-

முன்னுரை

அன்புள்ளம் கொண்ட வாசகர்களே!

ஜோதிட ஆராய்ச்சித் திரட்டு மூன்றாம் பாகத்தின் மூலம் மறுபடியும் உங்களைச் சந்திப்பதில் மகிழ்ச்சியடைகின்றேன். என்னுடைய ஜோதிட நூல்கள் அனைத்துக்கும் மாபெரும் வரவேற்பு அளித்த உங்களின் ஆர்வமே என் நூல்களை பல பதிப்புகள் போட வைத்துள்ளது. பல வாசகர்கள் ஜோதிட ஆராய்ச்சித் திரட்டு மூன்றாம் பாகம் தேவை என்று கோரிக்கை விடுத்ததன் காரணமாக என்னுடைய 18வது நூலாக இது வெளியாகியுள்ளது. ஜோதிட ஆராய்ச்சித்திரட்டு முதல் மற்றும் இரண்டாம் பாகங்கள் ஜோதிட உலகில் ஒரு புரட்சியையும், மறுமலர்ச்சியையும் ஏற்படுத்தியுள்ளது. மறைக்கப்பட்ட விஷயங்கள் எளிமையாக எளிதில் புரிந்து கொள்ளும்படி கொடுக்கப்பட்டுள்ளது என்ற மனந்திறந்த பாராட்டுக்கள் எனக்கு மிகுந்த ஊக்கத்தை அளித்து மேலும் பல நூல்களை உங்களுக்கு அளிக்கத் தூண்டு கோலாக இருந்தது.

ஜோதிட ஆராய்ச்சித் திரட்டு இரு பாகங்களிலும் பல விஷயங்களை உங்களுக்கு அளித்திருந்தேன். எனினும் விஷய தாகம் கொண்ட உங்களில் பலர் மேலும்

சில விஷயங்களை சேர்த்து ஜோதிட ஆராய்ச்சித் திரட்டு மூன்றாம் பாகம் வெளியிட வேண்டுமென்ற கோரிக்கை தான் இன்று உங்கள் கையில் நூலாக தவழ்ந்து கொண்டுள்ளது. வழக்கம் போல் இந்த நூலிலும் புதிய விஷயங்கள் கொடுக்கப்பட்டுள்ளது. இவைகளையும் அறிந்து உங்களின் ஜோதிட ஞானத்தை மேலும் வளர்த்துக் கொள்வதுடன், மேலும் உங்களின் பேராதரவைத் தொடர்ந்து அளிக்குமாறு வேண்டிக் கொள்கின்றேன்.

ஜோதிடப் பணியில் என்றும் உங்கள்

மாருதி மு. மாதேஸ்வரன் MICAS

ஜோதிஷ்வாசஸ்பதி

ஜோதிடரத்னா

நவக்கிரகரத்னா

தெய்வக்ஞசிரோமணி

ஜோதிடப் பேராசிரியர்

ஜோதிட அஞ்சல் வழி பயிற்சியாளர்.

215 (107) காந்தி நகர்,

(தண்ணீர் டேங்க் ரோடு),

ஆத்தூர் - 636 102,

சேலம் மாவட்டம் - தமிழ்நாடு.

Mob: 99423 45725 (w)

94425 70532

ஜோதிட ஆராய்ச்சித் திரட்டு
(மூன்றாம் பாகம்)

இன்றைய அவசரமான உலகத்திலே பல விஷயங்களும் அவசரமாகவே கவனிக்கப்படுகின்றது. பொறுமையும், உடல் உழைப்பும் குறைந்து கொண்டே வருவதால். மிகச் சுலபமாக விரைவாக முடிக்க கம்ப்யூட்டர் எனும் கணிப்பொறிகள் வந்து விட்டன. பல துறைகளிலும் ஆதிக்கம் செலுத்தும் கம்ப்யூட்டர்கள் ஜோதிடத் துறையையும் விட்டு வைக்கவில்லை. பல மணி நேரம் தேவைப்படும் கணக்கீடுகளையும் சில நிமிடங்களில் கம்ப்யூட்டர் மூலம் கணித்துக் கொள்ள முடிகிறது.

சற்றே கடினக் கணக்கான ஷட் பலத்தைக் கூட தற்போது கம்ப்யூட்டர் மூலம் கணித்துக் கொள்ள முடியும். ஆனால் அடிப்படை தெரியாத காரணத்தால் ஷட்பலக் கணக்கீடுகள் மூலம் பலன்கள் அறிவது கடினமான காரியமாகும். மேலும் காலச்சக்கர தசா, ஆயுர்த்தாய கணிதம், ஜெய்மினி சூத்திரங்கள், பஞ்சமகா தசா மற்றும் சோடசவர்க்கங்கள் ஆகியனவும் ஜோதிட சாஸ்திர அங்கங்களாகும். இவைகள் அனைத்தையும் அறிந்து கொள்ளுதல் சிறப்பேயாகும். ஆனால் அதன் அடிப்படையில் பலன் கூறுவதென்பது இயலக்கூடிய காரியமாக இருந்தாலும் இந்தக் கடும் உழைப்புக்கு கிடைக்கும் சன்மானம் வெகுக் குறைவாகவேதான் இருக்கும்.

ஏற்கனவே என் நூல்கள் மூலம் தசவர்க்கம், பாவகஸ்புடம், அஷ்டவர்க்கக் கணிதம், நட்சத்திர ஹோராமணி மூலம் லக்னத்தை நம் மாநிலம் மட்டுமல்லாமல், வெளிமாநிலம், வெளி நாடுகளில் பிறந்தவர்களுக்கும் கணிக்கும் முறை, எபீமரீஸ் மூலம் மற்றும் பஞ்சாங்கம் மூலமாக கிரகஸ்புடம் செய்யும் முறைகள் பற்றி அறிந்து கொண்டுள்ளீர்கள். பல வாசகர்கள் மிகச் சிறப்பாக கற்றுக் கொண்டு என்னை அசத்தியுள்ளார்கள். பல ஜோதிடர் களுக்கும் என் நூல்கள் வழிகாட்டுதலாக உள்ளது என்பதும் மறுக்க முடியாத உண்மையாக காணப்படுவதை பல வாசகர்கள் எழுதிய கடிதங்கள் குறிப்பிடுகின்றன.

ஜோதிடத் துறையில் ஏகப்பட்ட விஷயங்கள் உள்ளன. இவைகள் அனைத்தையும் பயன்படுத்திக் கொள்வது என்பது கடினமான காரியம்தான் என்றாலும் இவைகள் பற்றி அறிந்து வைத்துக் கொள்ள வேண்டியது அவசியம் என்பதை மறுக்க முடியாது. வெறும் ராசிக் கட்டத்தின் மூலமே, நவாம்சம், பாதசாரம் கூட தேவையில்லாமல் பலன்கள் கூறும் போது இவ்வளவு கணக்கீடுகள் அவசியம்தானா என்றும் சில வாசகர்கள் என்னிடம் கடிதம் மூலம் கேள்வி கேட்டுள்ளார்கள். அவர்களுக்கு நான் கடித மூலம் பதில் எழுதியுள்ளேன்.

என்றாலும் வாசகர்கள் அறிந்து கொள்ள வேண்டி மறுபடியும் தெரிவிப்பது என்னவென்றால், வெறும் ராசிக் கட்டத்தை மட்டும் வைத்துக் கொண்டு பலன்கள் கூட முற்படுவது அறியாமையே ! வெறும் ராசிக் கட்டத்தை மட்டும் வைத்துக் கொண்டு முழுமையான பலன்கள் கூற முடியும் என்றால் மூல நூல்களில் ஏகப்பட்ட கணக்கீடுகள் கொடுத்திருக்க வேண்டிய அவசியமே இல்லை. இந்த கணக்கீடுகளைப் போட்டு அதன் அடிப்படையில் பலன்கள் நிர்ணயம் செய்து கூறுவதை அறிந்து கொள்ள முடியாதவர்கள்தான், வெறும் ராசிக்கட்டத்தை மட்டும்

வைத்துக் கொண்டு, நவாம்சமோ, பாதசாரமோ கூட இல்லாமல் ஜோதிடர் என்ற பெயரில் பலர் பலன் கூறிவருகின்றனர்.

இது எந்த வகையிலும் சரியான செயல் இல்லை என்றாலும் மக்களுக்கு இந்த வகையில் விழிப்புணர்ச்சி இல்லாத காரணத்தால் அடிப்படை ஜோதிட ஞானமே இல்லாதவர்கள் கூட வெற்றிகரமான ஜோதிடர்களாக உலாவருவதுடன், ஒவ்வொருவருடைய வாழ்க்கை அமைப்பும் அவரவர்களின் பிறந்த நேரம் மற்றும் அட்சாம்ச, ரேகாம்ச அடிப்படையில் துல்லியமாக கணிக்கப்பட்ட ஜாதக அடிப்படையில்தான் அமையும் என்பதை மறக்க வைத்து அல்லது மறைத்து வேறு ஏதேதோ முறைகளினால் பிரம்மன் எழுதிய தலை எழுத்தை, விதி அமைப் பையே மாற்றி சாதனை புரிந்துள்ளதாக விளம்பரப் படுத்துகிறார்கள்.

இந்த விளம்பரங்களால் கவரப்படும் வாடிக்கையாளர்கள், பொதுமக்கள் இவர்களை நம்பி ஆயிரக்கணக்கான ரூபாய் களைக் கொடுத்து எதையெதையோ செய்தும் வாழ்க்கை அமைப்பு மாறாமல் ஏமாந்து போய் என்னிடம் வந்து முறையிட்டு தங்களுக்கு நல்ல வழி காட்டுங்கள் என்று கேட்கின்றார்கள். இவர்கள் ஏமாந்த விவரத்தையும் கூறு கின்றார்கள். கேட்க சிரிப்பாகவும் அதே சமயம் வேதனை யாகவும் கூட இருக்கின்றது. சட்டியில் இருந்தால்தானே அகப்பையில் வரும். சட்டியில் எதுவுமே இல்லாமல் அகப்பையை விட்டுச் சுரண்டினால் என்ன வரும்.

ஜாதக அமைப்பே சரியில்லாத நிலையில், அதாவது விதி அமைப்பே மிகச் சாதாரணம் எனும் போது, இவர்கள் விதியையே மாற்றி விடுகிறேன் என்று கூறும் நவீன பிரம்மாக்கள் தான். வருகின்றவர்களின் விதி மாறுகின்றதோ இல்லையோ, இந்த விளம்பரதாரர்களின் விதி அமைப்பு நன்றாகவே உள்ளதால் இவர்களை நம்பி வந்து பலரும் ஏமாறுகின்றார்கள்

என்பதுதான் உண்மை. நல்ல விதி அமைப்பும், ஜாதகத்தில் நல்ல வாய்ப்புள்ளவர்களுக்கு இவர்கள் மேற்கொள்ளும் மாற்று ஏற்பாடுகள் தற்காலிக வெற்றியை அளிக்கின்றது. ஆனால் தசா நிலை மாறியதும் வெற்றி தோல்வியாக மாறிவிடுகின்றது. நிரந்தர வெற்றியாக அமைவதில்லை.

ஜாதகம்தான் ஒருவரின் விதி அமைப்பை நிர்ணயம் செய்யும். வெறும் பிறவி எண் எனும் பிறந்த தேதியை மட்டும் வைத்துக் கொண்டு மாற்றம் செய்து பெயர்மாற்றம் செய்து கொண்டால் அதிர்ஷ்டம் கூரையைப் பிய்த்துக் கொண்டு கொட்டும் என்பது ஏமாற்று வேலைதான். "எண்" ஒருவரின் வாழ்க்கை அமைப்பை ஓரளவு சரி செய்து கொள்ள உதவலாமே அன்றி, முழுமையாக மாற்றி அமைக்கும் என்பது ஹம்பக்தான்.

ஜாதகம் பற்றிய அடிப்படை அறிவு கூட சற்றும் இல்லாத பலர் இப்போது பெயர் மாற்றம் மூலம் அதிர்ஷ்டம் தேடி வரும் உயர்வடைந்து விடலாம் என்று, செய்யும் விளம்பரத்தை நம்பி அவர்களிடம் சென்று ஏகப்பட்ட செலவு செய்து ஏமாற்றமடைந்து என்னிடம் வந்து கூறுகின்றார்கள். பெயரை மாற்றிக் கொடுத்து அதிர்ஷ்டம் வரும்படி செய்யுமாறு என்னிடமும் பலர் கேட்டு, நேரில் வருவதுடன், தபால் மூலமும் தொடர்பு கொள் கின்றார்கள். நான் அவர்களிடம் பொறுமையாக, "உங்கள் ஜாதகம் எந்த அளவில் உள்ளது என்பதை அறிந்து அதற்கேற்ற படி உங்களுக்கு ஒரு நம்பகமான எண் தேர்வு செய்து தருகிறேன். அதைப் பயன்படுத்திக் கொள்ளுங்கள். அது உங்களுக்கு உதவிகரமாக இருக்கும்" என்று கூறுவேன்.

ஆனால் வருபவர்கள் என் கூற்றை ஏற்றுக் கொள்வ தில்லை. பெயர் மாற்றம் செய்து திடீர் அதிர்ஷ்டம் பெற்று உச்சாணிக் கொம்புக்கு சட்டென்று சென்றுவிட வேண்டும் என்று அவசரப்படுகின்றார்கள். இவர்களின் அவசரத்தைப் பயன்

படுத்திக் கொண்டு, ஜாதகத்தில் உயர்வடையும் வாய்ப்பே இல்லாத ஒருவருக்கு பெயர் மாற்றத்தால் உயர்வு வரும் என்று கூறி ஏமாற்றி பணம் பறிக்க விரும்பாத காரணத்தால் உண்மையைக் கூறுகின்றேன். ஆயினும் நான் கூறும் உண்மையை ஏற்றுக் கொள்ளாமல் விளம்பரங்களைக் கண்டு ஏமாந்து போய் மறுபடியும் என்னிடம் வருகின்றார்கள்.

இதை ஏன் இங்கு குறிப்பிடுகின்றேன் என்று வாசர்கள் எண்ணக்கூடும். ஜோதிட சாஸ்திரம் என்பது விரிந்து பரந்த கடல். இதில் ஏகப்பட்ட விஷயங்கள் நுணுக்கங்கள் உள்ளது. ஒவ்வொரு வரையும் அவரவர்களின் ஜாதக அமைப்பின்படி உள்ள கிரகங்கள்தான் இயக்குகின்றன. ஜாதக அமைப்பை மீறி எதுவுமே நடந்து விட முடியாது. உயர்வு ஏற்படும் வாய்ப்பு ஜாதகத்தில் இருந்தால்தான் உயர்வடைய மேற்கொள்ளும் வழிமுறைகள் சாத்தியமாகும். இல்லையெனில் வழிமுறைகள் தோல்வியைத்தான் அளிக்கும்.

இதை நம் வாசகர்கள் அறிந்து சரியான வழிமுறையை மேற்கொள்ள வேண்டும் என்பதற்காகவே இங்கு விளக்கம் அளித்தேன். ஜோதிட மூல நூல்களில் ஏகப்பட்ட கணக்கீடுகள் கொடுக்கப்பட்டுள்ளது. அனைத்தையும் அறிந்து கொள்ளுவது சிறப்பானதே என்றாலும், மிகக் கடினமான கணக்கீடுகளான அவைகளை கஷ்டப்பட்டு அறிந்து கொண்டாலும் பயன்படுத்திக் கொள்வதற்கான சூழ்நிலை இல்லை. நான் முன்பே கூறியபடி அவசர உலகமாகி விட்ட நிலையில், பெயரை மாற்றிக் கொண்டு அதிர்ஷ்டத்தைத் தேடும் நிலையில் நாம் பழைய கணக்குகளைப் புரட்டிக் கொண்டிருந்தால் நம்மை விலக்கிவிட்டு உலகம் வெகு தூரம் சென்றுவிடும்.

அப்படியென்றால் கணக்கீடுகளே தேவையற்றதுதானா என்ற உங்களின் கேள்வியும் எனக்கு புரிகின்றது. கணக்கீடுகள்

அவசியம்தான் என்பது மறுக்க முடியாத உண்மையாகும். ஆயினும் கணக்கீடு செய்ய பொறுமையும், நேரமும், அதற்குரிய சன்மானமும் கிடைக்க வேண்டியதும் அவசியம்தானே! ஆனால் தற்போதைய அவசர நிலையில் இது சாத்தியமாக இல்லை என்பதுதான் உண்மை. எனினும் மூல நூல்களில் உள்ள கணக்கீடுகளின் அடிப்படைகளைப் பற்றியாவது அவசியம் அறிந்து கொள்ள வேண்டும். கணக்கீடுகளை அறிந்து செய்து பலன்கள் நிர்ணயம் செய்வது நல்லதுதான்.

ஆயினும் பல வாசர்கள் கணக்கீடுகள் செய்ய தயங்கி அடிப்படையை மட்டும் அறிந்து கொள்ள விரும்பி கடிதம் எழுதியதன் விளைவாகவே இந்த நூலை உங்கள் கையில் அளித்துள்ளேன். என் முந்தைய நூல்களில் இல்லாத சில விஷயங்களின் அடிப்படைகளை இதில் அளித்துள்ளேன். முழுமையாக கணக்கீடுகள் செய்து பார்த்து அறிந்து கொள்ள விரும்பும் வாசகர்கள் மட்டும் அக்கணிதம் செய்வதற்குரிய முழு வழிமுறைகள் அடங்கிய நூல் விவரம் கொடுத்துள்ளேன். அதை வாங்கி அதன் மூலம் அறிந்து கொள்ளலாம். அடிப்படையை மட்டும் தெரிந்து கொள்ள விரும்பும் வாசகர்கள் அதை மட்டும் அறிந்து கொள்ளலாம்.

என் முந்தைய நூலான ஜோதிட ஆராய்ச்சித் திரட்டு இரண்டாம் பாகத்தில் தசவர்க்க கணிதம், பாவகஸ்புடம் செய்யும் முறைகள் பற்றி அறிந்து கொண்டீர்கள். ஜோதிட ரகசியம் மற்றும் நட்சத்திர ஹோராமணிபடி & டேபிள்ஸ் ஆப் பாவாஸ் மூலம் லக்கினக் கணக்கீடுகளை நவீன முறைப்படி செய்வதைப் பற்றியும், நட்சத்திர துணை அதிபர்கள் பற்றியும் அறிந்து கொண்டீர்கள். அஷ்டவர்க்க கணிதமும் பலன்கள் மூலம் அஷ்டவர்க்கம் பற்றி அறிந்து கொண்டீர்கள். எனினும் உங்கள் அறிவுத்தாகம் அதிகமாக உள்ளதால் மேலும் விஷயங்கள் தேவை என்ற

கோரிக்கைப்படி ஜோதிட ஆராய்ச்சித் திரட்டு மூன்றாம் பாகம் மேலும் சில விஷயங்களுடன் உங்கள் கைகளில் உள்ளது. இவைகளையும் அறிந்து உங்கள் ஜோதிட ஞானத்தை அதிகப் படுத்திக் கொள்ளுங்கள். அள்ள அள்ள குறையாத விஷயங்கள் ஜோதிட சாஸ்திரத்தில் உள்ளது. அவ்வளவையும் ஒரேயடியாகத் தெரிந்து கொள்வதும் இயலாது. எனவே படிப்படியாக ஒவ்வொரு நூல் மூலம் உங்களுக்கு அளித்துக் கொண்டு வருகின்றேன்.

அந்த அடிப்படையில் சில வாசகர்கள் "ஷட் பலம்" பற்றி விரிவாகத் தேவை என்று கேட்கின்றார்கள். பல வாசகர்கள் அதிகமான கணிதங்களைத் தவிர்த்து விஷயங்களை மட்டும் வெளியிடும்படி கேட்கின்றார்கள். இரண்டில் நான் எதைச் செய்ய! கணிதம் அதிகம் இருந்தால் போடச் சிரமப்படும் வாசகர்கள் கணித நூல்களைத் தவிர்க்கவே செய்கின்றார்கள். இதனால் அவர்கள் அந்த கணிதங்களின் அடிப்படை ஞானத் தையும் பெற முடியாமல் போய்விடுகின்றது. கணிதம் தேவை என்று கூறும் வாசகர்கள் தொகை மிகவும் குறைவு. அதே சமயம் கணிதங்களின் சாராம்சங்களை மட்டும் கூறுங்கள் என்று கேட்பவர்கள் தொகை அதிகமாக உள்ளது.

மேலும் தற்போதைய அவசரநிலையில் முன்பு நான் குறிப்பிட்டபடி, நேரம், பொறுமை, சன்மான நிலை ஆகிய மூன்றும் பற்றாக்குறை நிலையில் உள்ளதால் முழுமையான கணிதங்களைத் தவிர்த்து அதன் சாரம்சங்களை மட்டுமே இந்த நூலில் கொடுத்துள்ளேன். அவைகளைப் பற்றி அறிந்து கொள்ளுங்கள். தெளிவாக அறிந்து கொள்ள வேண்டும் என்று விரும்பும் வாசகர்களுக்கு அம்மூல நூல்களின் பெயர் குறிப்பிட்டுள்ளேன். அவைகளின் மூலம் தெளிவாக அறிந்து கொள்ளலாம். தெளிவான கணிதம் போடவும் அடிப்படை

சாராம்சம் அவசியமே. அடிப்படையை அறிந்து கொண்டால், மேற்கொண்டு மூல நூல்கள் மூலம் கணித ஞானத்தையும் வளர்த்துக் கொள்ளலாம்.

எனவே "ஷட் பலம்" பற்றிய அடிப்படைகளை இங்கு விவரித்துக் குறிப்பிடுகின்றேன். ஏற்கனவே நீங்கள் தசவர்க்கம் பற்றி அறிந்துள்ளீர்கள். தசவர்க்கம் என்பது (1). ராசி; (2). நவாம்சம்; (3). திரேக்காணம் (அ) திரேஷ்காணம்; (4). ஹோரை; (5). திரிம்சாம்சம்; (6). சப்தாம்சம்; (7). துவ தசாம்சம்; (8). தசாம்சம்; (9). சோடாம்சம் (அ) கலாம்சம்; (10). சஷ்டியாம்சம் ஆகும். இவைகளைப் பற்றி அறிந்து கொண்டுள்ளீர்கள். எனவே "ஷட்பலம்" பற்றிய அடிப்படைகளைப் பற்றி காணலாம். விவரமாக கணிதங்களை அறிந்து கொள்ள வேண்டும் என்று விரும்பும் வாசகர்கள் மட்டும் C.G. ராஜன் அவர்கள் எழுதிய "ஜாதக கணிதம்" என்ற தமிழ் நூல் மூலமாகவும்; டாக்டர் B.V. ராமன் அவர்களின் கிரக-பாவபலாஸ் (GRAHA and BHAVABALAS) என்ற ஆங்கில நூல் மூலமாகவும் அறிந்து கொள்ளலாம்.

ஜாதக பலன்கள் நிர்ணயம் செய்ய கணக்கீடுகள் அவசியம் என்பது மறுக்க முடியாத உண்மையே. அதிகமான கணக்கீடுகள் சலிப்பை அளிக்கும் என்றாலும் ஓரளவேனும் கணிதங்கள் மூலம் பலன்களை நிர்ணயம் செய்வதுதான் சரியாக இருக்கும். வெறும் ராசிக்கட்டத்தை மட்டும் வைத்துக் கொண்டு பலன்களை சரியான முறையில் நிர்ணயம் செய்துவிட முடியாது. உதாரணமாக ஒரு ஜாதகம் துலாம்லக்னம் என்று வைத்துக் கொள்ளலாம். அதில் சனி உச்சம் பெற்று அவரின் தசாவே நடக்கின்றது எனும்போது சாதாரணமாக துலாம் லக்ன யோகரான சனி துலாம் லக்னத்தில் இருந்து தன் தசாவை நடத்தினால் மிக அற்புதமான யோகம் செய்வார். தசா மிகப் பிரமாதமாக இருக்கும் என்று கூறிவிடுவார்கள்.

ஆனால் அந்த சனி தசா சரியாக வேலை செய்யாமல் ஏமாற்றி விட்டால் ஜோதிடம் பொய்யாகி விடுகின்றது. அப்படி என்றால் ஜோதிடம் பொய்யா! இல்லை ஜோதிடம் பொய்யல்ல. பலன் கூறியவர் சனியைப் பற்றி சரியாக நிர்ணயம் செய்து கொள்ளாமல் பலன் கூறியதால் தவறாகிவிட்டது என்பதுதான் உண்மை. வெறும் ராசிக்கட்டத்தின் அடிப்படையில் ஸ்தான பலத்தை மட்டும் வைத்துக் கொண்டு சனி உச்சம் என்ற அளவில் பலன் கூறப்பட்டது. இவ்வாறு ஸ்தான பலத்தைக் கூட சரியாக அளவிடாமல் பலன் கூறுவதால் பலன்கள் சரியாக அமையாமல் தவறிவிடுகின்றது.

ஒரு ஜோதிடர் கூறுவதை மற்றவர் மறுத்துக் கூறுகின்றார். ஒவ்வொருவரும் ஒவ்வொருவிதமாகக் கூறுகின்றார். ஒவ்வொரு வரும் ஒவ்வொருவிதமாக கூறுவதற்கு காரணம் கிரகபலத்தை நன்கு கவனித்து நிர்ணயம் செய்து கொள்ளாததால் தங்களுக்கு தோன்றியவாறெல்லாம் பலன்களைக் கூறுவிடுகின்றார்கள். இது வாடிக்கையாளர்களுக்கு குழப்பத்தையே ஏற்படுத்தும். இந்த குழப்பத்தால் அவர்கள் சலிப்படைகின்றார்கள். என்னய்யா ஜோதிடம் வெறும் ஹம்பக், ஒவ்வொருத்தரும் ஒவ்வொரு மாதிரி சொல்கிறார்கள். சொன்னது போல் நடக்கவில்லை என்று கூறுவதை நான் கேட்டுள்ளேன்.

மேலும் சிலர் கணிதஞானம் சற்றும் இல்லாத காரணத்தால் ஆய்வு என்பதெல்லாம் செய்ய முடியாமல் கொண்டு போகும் ஜாதகங்களைப் பார்த்து சட்டென்று இந்த ஜாதகருக்கு ஆபத்து 3 மாதம்தான் இருப்பார். அதற்குள் இறந்துவிடுவார். அல்லது தாய், தந்தை, பாட்டன், பாட்டி, மாமன், சகோதரர்கள் சகோதரி எவருக்காவது ஆபத்து மூன்று மாதத்தில் இறந்துவிடுவார் என்று ஒரு குண்டைத் தூக்கிப் போட்டுவிட்டால், வந்தவர்கள் அரண்டு, மிரண்டு போய் ஐயா இதற்கு என்ன செய்வது என்று கேட்டால்

தனக்கு சரியான வருமானம் வரும்படியாக ஏதேனும் பரிகாரத்தைக் கூறி செய்யும்படி கூறிவிடுகின்றனர்.

எடுத்தவுடன் ஜோதிடர் குண்டு விட்டதால் கலங்கிப் போய் வாடிக்கையாளர், தான் கேட்க வந்ததையெல்லாம் மறந்து விட்டு துண்டைக் காணோம், துணியைக் காணோம் என்று (ஏற்கனவே தட்சிணை வைத்து விட்டதால் அதையும் மறந்து) ஓடி விடுகின்றார்கள். சிலர் இவர் கூறியது உண்மைதானா என்பதை அறிய வேறு ஜோதிடரை நாடுவதுண்டு. ஒவ்வொரு வரும் ஒவ்வொருவிதமாகச் சொல்லி விடுவதால் ஜோதிடத் தையே வெறுத்துவிடுகின்றவரும் உண்டு. நான் முன்பு கூறிய நிகழ்ச்சி கற்பனையானதல்ல. என் இருப்பிடத்துக்கு வெகு அருகாமையில் 5 கிலோமீட்டர் தூரத்துக்குள் மேற்கூறியவாறு குண்டு போடும் ஒருவர் ஜோதிடர் என்று உள்ளார். அவர் உண்மையில் ஜோதிடர்தானா என்பதை அறிந்து கொள்ளாமலே அவர் போடும் குண்டினால் அதிர்ந்து போய் என்னிடம் வருகின்றார்கள்.

அப்படி இல்லை! அவர் கூறுவது சரியில்லை! அவர் கிரக ஆய்வுகள் செய்யாமலே குண்டைப் போடுகின்றார் என்று கூறினாலும் சிலர் ஏற்றுக் கொள்கின்றார்கள். சிலர் என் கூற்றை ஏற்றுக் கொள்ளாமல், மற்றும் சில ஜோதிடர்கள் கூறுவதையும் ஏற்றுக் கொள்ளாமல் மறுபடியும் அவரிடமே சென்று அவர் கூறுவதையெல்லாம் மெனக்கெட்டு செலவுகளுடன் செய் கின்றார்கள். இந்த பரிகாரத்தால்தான் குறிப்பிட்ட ஆபத்து நீங்கியது என்ற பொய்த்தோற்றத்தை உருவாக்கி விடுகின்றார். அவரிடம் ஜோதிடம் பார்க்க கூட்டம் அலைமோதுகின்றது.

இது எப்படி சாத்தியம் என்றால், இரண்டு வித அமைப்பு. ஒன்று ஜோதிடரின் கால நேரம் நன்றாக உள்ளது. அதனால் அவரை நம்புகின்றார்கள். இன்னொன்று வாடிக்கையாளர்கள்

ஜோதிடம் பார்க்க வந்து உட்கார்ந்திருக்கும் போது அவரின் ஆட்கள் அவர்களுடன் ஜோதிடம் பார்க்க வந்துள்ளவர்கள் போல கலந்து உட்கார்ந்து அவரின் புகழைக் கூறுவதுடன், வந்தவர்களின் நோக்கத்தையும் நோட்டமிட்டு தகவலை ஜோதிடரிடம் சேர்ப்பித்து விடுகின்றார்கள். இப்படிப்பட்ட தில்லு முல்லு பல இடங்களில் உள்ளது.

இவரைப் பற்றி பலர் என்னிடம் கூறியுள்ளதன் பேரில் நான் நண்பர் ஒருவருடன் அவர் இருப்பிடம் சென்று, ஒரு தவறான ஜாதகத்தைக் கொடுத்தவுடன் அவர் அதை சரியா, தவறா என்று பார்க்காமல் தன் அதிரடி குண்டைப் போட்டார். அதாவது, "இந்த ஜாதகர் இன்னும் மூன்று மாதத்தில் இறந்து விடுவார். உரியபரிகாரம் செய்தால் காப்பாற்றலாம்" என்றார். அதற்கு நான், "இந்த ஜாதகர் இறக்கவே மாட்டார்" என்றேன். "அதெப்படி இறக்காமல் இருக்க முடியும். இறந்தே ஆக வேண்டும். நான் சொன்னால் சொன்னதுதான். என் வாக்கு அப்படி அது பலித்தே தீரும்" என்றார்.

நான், "உங்கள் வாக்கு பலிக்கவே பலிக்காது. இந்த ஜாதகர் இறக்கவே முடியாது" என்றேன் மறுபடியும். அவரும் குழம்பி, பார்க்க வந்தவர்களும் குழம்பி விட்டார்கள். நானே விளக்கம் கூறிவிட்டேன். "நான் கொடுத்த ஜாதகம் எவருடையதும் அல்ல. அது ஒரு போலியான, தவறான ஜாதகம். வருடம், மாதம், தேதி, நேரப்படி ஜாதகம் இல்லை. சூரியனை விட்டு 4 கட்டம் தள்ளி சுக்கிரனையும், 3 கட்டம் தள்ளி புதனையும் போட்டுள்ளேன். கிரகங்களும் தவறாகவே போட்டுள்ளேன். தவறான ஜாதகத்துக்கு இல்லாத ஒரு ஜாதகர் இறந்து விடுவார் என இந்த மகானுபாவன் சொன்னால் எப்படி ஐயா இறந்து போவார்" என்று கேட்டேன். இதற்கு பதில் சொல்ல முடியாமல் திருதிருவென்று விழித்தார். நான் யார் என்று குறிப்பிட்டேன். தன் பிழைப்பைக் கெடுக்க

வேண்டாம் என்று கெஞ்சுகிறார். அவருக்கு எங்கள் பக்கத்தில் சாவு ஜோஸியர் என்றே பெயர் நிலைத்துவிட்டது. அவரை நம்பியும் இன்னமும் கூட்டம் போய்க் கொண்டுதான் இருக்கிறது.

இதை எதற்காக குறிப்பிட்டேன் என்றால், வெறும் ராசிக் கட்டத்தை மட்டும் வைத்துக் கொண்டு சரியாக ஆய்வு செய்யாமல் கண்டதைக் கூறினால் எப்படி பலன்கள் சரியாக வரும். முன்பு குறிப்பிட்டபடி துலாலக்னத்தில் உள்ள சனி, தன் தசாவில் நல்ல பலன்களைச் செய்வார் என்று கூறுவது பொது வான ஸ்தான பலத்தின் அடிப்படையிலாகும். ஆனால் அவர் விசாகம் 1-ம் பாதத்தில் இருந்தால் நவாம்சரீதியாக மேஷத்தில் நீசமடைந்து விடுவார். எனவே சனிதசாவில் எதிர்பார்த்த பலன்கள் கிடைக்காமல் போகலாம். மேலும் உச்சபலம் என்பது ராசியின் முழுமையான அளவுக்கும் இருக்காது.

ஒரு குறிப்பிட்ட பாகை அளவுக்கு மட்டும்தான் இருக்கும். மேலும் சனியானவர் 7-ம் இடத்தில் திக்பலம் எனும் வலிமை யான நிலையைப் பெறுபவர். தம் இடத்துக்கு நேர் எதிர் ஸ்தான மான லக்னத்தில் நிஷ்பலம் எனும் பலம் இல்லாத நிலையைப் பெற்றுவிடுவதால் சனிதசாவின் செயல்பாடுகள் திருப்தி அளிக்காது. ஜாதகத்தை எடுத்தவுடன் கிரகங்களின் பலங்களை நிர்ணயம் செய்து கொள்ளாமல் பொத்தாம் பொதுவாக பலன் கூறுவதெல்லாம் சற்றும் சரியாக வராது.

ஒரு கிரகம் ராசிக்கட்டத்தில் ஆட்சி, உச்சம் பெற்ற நிலையில் நல்ல முறையில் உள்ளது என்பதனாலேயே அது ஆகா ஓகோவென்று அற்புதமான பலனைச் செய்து விடுமென்று கூறிவிட்டால் அதைப் போன்றே பலன்கள் அற்புதமாக நடக்கும் என்று உறுதியில்லை. ராசிக் கட்டத்தில் பலம் பெற்றுள்ள கிரகங்கள், நவாம்சத்திலோ அல்லது மற்ற வர்க்கங்களிலோ பலம் இல்லாத நிலையில் பலன்கள் மாறுபட்டே நடக்கும். எனவே

ஜாதக பலன்கள் கூறுவதற்கு கணிதங்கள் அவசியமானது என்பதில் சந்தேகம் இல்லை.

கிரகங்களின் பலத்தை நிர்ணயம் செய்ய 6 வகையான கணக்கீடுகள் உள்ளது. இந்த 6 வகை கணக்கீட்டிற்கும் "ஷட் பலம்" என்று பெயர். அவைகளின் விவரங்கள் பின்வருமாறு (1). ஸ்தான பலம்; (2). திருஷ்டி (பார்வை) பலம்; (3). திக் பலம்; (4). நைசர்க்கிக பலம்; (5). ஜேஷ்டா பலம்; (6). காலபலம் எனப்படும். இவற்றில் ஸ்தானபலம் என்பதில் மொத்தம் 11 அம்சங்கள் அடங்கியுள்ளது.

1. உச்ச பலம்
2. கேந்திராதி பலம்
3. ஆட்சி பலம்
4. யுக்மாயுக்ம பலம்
5. சப்தவர்க்கஜபலம் என்று ஐந்து வகைப்படும்.

இதில் சப்தவர்க்கஜபலம் என்பதன் விவரம் :

1. இராசி வர்க்கபலம்
2. நவாம்ச வர்க்க பலம்
3. திரேஷ்காணம் (அ) திரேக்காண வர்க்க பலம்
4. ஹோரா வர்க்க பலம்
5. திரிம்சாம்ச வர்க்க பலம்
6. சப்தாம்ச வர்க்க பலம்
7. துவாத சாம்ச வர்க்க பலம் என்று ஏழு வகைப்படும்.

ஸ்தானபலம் என்பதில் உள்ள சப்தவர்க்கஜ பலத்துடன் மேலும் 3 பலம் சேர்ந்து தசவர்க்க பலம் ஆகும். (8). தசாம்ச வர்க்க பலம், (9). சோடா சாம்சம் (அ) கலாம்சம்,

(10). சஷ்டியாம்சம் என்று தசவர்க்கம் உள்ளது. இதில் இன்னும் 6 வர்க்கம் சேர்ந்து சோடசவர்க்கம் என்று 16-வர்க்கம் உள்ளது. அவைகளைப் பற்றிய விளக்கம் பின்னால் கொடுக்கப் பட்டுள்ளது.

காலபலம் என்பதில் (1). நதஉன்னத பலம்; (2). தினராத்திரி திரிபாக பலம்; (3). தினபலம்; (4). மாதபலம்; (5). வருஷ பலம்; (6). ஓரா பலம்; (7). பட்சபலம் என ஏழு வகைப்படும். மேலே குறிப்பிட்டுள்ள "ஷட்பலம்" என்ற அடிப்படை கீழே உள்ளபடி 24 அம்ஸங்களை உள்ளடக்கியது ஆகும்.

1. கிரக உச்ச பலம்
2. கேந்திராதிபலம்
3. கிரகதிருஷ்டிபலம்
4. கிரக திக்பலம்
5. கிரக ஆட்சி பலம்
6. கிரக நைசர்க்கிக பலம் (நட்பு, பகை, நீசம், சமம்)
7. கிரகயுத்தபலம்
8. ஸ்தானபலம்
9. இராசி வர்க்கஜபலம்
10. நவாம்ச வர்க்கபலம்
11. திரேக்காணவர்க்கபலம்
12. ஹோராவர்க்கபலம்
13. திரிம்சாம்ஸவர்க்க பலம்
14. சப்தமாம்ச வர்க்க பலம்
15. துவாதசாம்ச வர்க்க பலம்
16. நத உன்னதபலம்
17. தினராத்திரி திரிபாக பலம்
18. தினபலம்
19. மாதபலம்
20. வருஷபலம்
21. கால ஓராபலம்
22. பட்சபலம்
23. அயனபலம்
24. சேஷ்டாபலம்.

மேலே குறிப்பிட்ட 24 வகையான அம்ஸங்களும் சேர்ந்து தான் "ஷட்பலம்" என்ற கணக்கீட்டை உருவாக்குகின்றது. இந்த கணக்கீடுகளின் அடிப்படையில்தான் கிரகங்களின் "ஷட்பலம்"

அறிந்து பலன்களை நிர்ணயம் செய்ய வேண்டும் என்பது வராகமிகிரரின் கருத்தாகும். இத்துடன் மேலும் சில வர்க்கங்கள் பற்றி பின்னால் விளக்கப்படும். கிரகங்களின் ஷட்பலக் கணக்கீடு செய்யாமலேயே தசவர்க்க கணிதம் மூலமாகவும் கிரக பலம் செய்து பலன்கள் கூறலாம். அதுவும் ஏறத்தாழ 70 சதவிகித அளவுக்கு ஒத்துவரக்கூடும்.

இனி இந்த 24 விதமான அம்ஸங்களைப் பற்றியும் தனித் தனியாக அலசலாம். ஏற்கனவே தெரிந்த விஷயங்களும் உண்டு என்றாலும் தொகுப்பாக கவனிக்கும் போது விவரமாகப் புரிவதுடன் அதன் அவசியம் பற்றி நன்கு அறிந்து கொள்ள முடியும்.

1. இராசி :

இதைப் பற்றி முன்பே என் நூல்களில் கொடுக்கப் பட்டுள்ளது என்றாலும் மறுபடியும் ஒருமுறை கவனப்படுத்திக் கொள்வதில் தவறில்லை. ஒரு மனித ஜீவன் இந்த பூவுலகில் பிறக்கும் போது சூரியனின் சஞ்சார அடிப்படையில்தான் ஜனன லக்னம் நிர்ணயிக்கப்படுகின்றது. சூரியனின் சஞ்சார அடிப் படையில் ஒவ்வொரு மாதமும் ஒரு ராசியாக உருவகப்படுத்தி, ஜோடியாக் என்னும் நட்சத்திர மண்டலம் 360 டிகிரியாக உள்ளது. அதை 12 ராசிகளுக்கும், ஒவ்வொரு ராசியும் 30 டிகிரி (பாகை) வீதம் பிரிக்கப்பட்டு ஒவ்வொரு நாளிலும் உதயலக்ன இருப்பு எவ்வளவு என்பதைக் கொண்டு மனித ஜீவன் பிறந்த நேரத்தின் அடிப்படையில் ஜனனலக்னம், மற்றும் சூரியன் முதலான 9 கிரகங்களும் நடச்த்திர மண்டலத்தின் எத்தனையாகவது பாகையில் (டிகிரியில்) எந்த நட்சத்திரத்தின் எத்தனையாவது பாதத்தில் சஞ்சாரம் செய்கின்றது என்பதைக் கணக்கிட்டு அறிந்து ராசி சக்கரத்தில் குறித்துக் கொள்வதாகும்.

இந்த ராசிச் சக்கரம்தான் ஜோதிட சாஸ்திரத்தின் முதற் படியாகும். இதை ஆங்கிலத்தில் பேஸிகல் சார்ட் (Basical Chart) என்று கூறப்படும். இந்த ராசி சக்கரம்தான் ஒரு மனிதப் பிறவியின் வாழ்க்கை நிலையை அறிவிக்கும் அடிப்படை காலக் கண்ணாடியாகும். இதைக் கொண்டு, யோக நிலைகள், குணாதிசயம், தோற்றம், செயற்பாட்டுத் திறமை, தாய், தந்தை, உடன்பிறப்பு, மனைவி போன்ற உறவுகள் நிலை ஆகியவற்றை அறிந்து கொள்ளலாம். ஆயினும் இந்த சக்கரம் மட்டுமே எதிர்கால நிலைகளை தசா, புத்தி நிலைகளை அறிந்து கொள்ள முற்றிலுமாக பயன்பட்டுவிடும் என்று கருதிவிடக் கூடாது.

இந்த ராசிச் சக்கரத்தை மட்டுமே வைத்துக் கொண்டு அனைத்துப் பலன்களையும் நிர்ணயம் செய்து விடலாம் என்று எண்ணிவிட்டால் அது நிச்சயம் தவறான முடிவாகிவிடும். இராசி சக்கரத்தில் உள்ள கிரக நிலைகளைப் பற்றி தெளிவாக எடுத்து கூறுவது அடுத்து வரும் நவாம்ச சக்கரத்தின் வேலையாகும். ராசி சக்கரத்தின் அடிப்படையில், உச்ச, நீசம், ஆட்சி, மூலத் திரிகோணம், நட்பு, சமம், பகை மற்றம் ஒவ்வொரு பாவம் மற்றும் பாவாதிபதிகள் பற்றிய நிலையை அறியலாம்.

ஆனால் இவற்றின் நிலை அறிய ராசிச்சக்கரம் மட்டும் போதுமானதல்ல. சூட்சும ரீதியாக கிரகங்களின் உறுதியான நிலைகளை அறிய ஸ்தூல பாவக ஸ்புட கணக்கீடுதான் சரியான முறையில் உதவும். ராசிச் சக்கரத்தில் உள்ள கிரகங்கள், ஸ்தூல பாவகஸ்புட ரீதியாக வேறு பாவத்துக்கு மாறியிருக்கக் கூடும். எனவே ராசிச் சக்கரத்தில் உள்ள கிரகங்கள் அதே இடத்தில்தான் உள்ளனவா, அல்லது வேறு பாவத்துக்கு மாறியிருக்குமா என்பதுடன் பாவத்தில் அந்த கிரகங்கள் எந்த ஸ்திதியில் உள்ளது என்பதையும் ஸ்தூலபாவகஸ்புட ரீதியாகத்தான் அறிந்து கொள்ள முடியும்.

ராசிச் சக்கர அடிப்படையில் ஆட்சி, உச்சம், மூலத் திரிகோண வலிமை பெற்றுள்ள ஒரு கிரகம் பாவகஸ்புட, ரீதியாக வேறு பாவத்துக்கு மாறியிருந்தாலும் அல்லது பாவகஸ்புட ரீதியாக பாவத்தின் சந்நிதியில் இருந்தாலும் அந்த கிரகம் வலிமை இழந்துவிடும். எதிர்பார்த்த பலன்களை அந்த கிரகம் அளிக்காது. எனவே ராசிச்சக்கரத்தில் உள்ள கிரகநிலைகள் உறுதியானது தானா என்பதை பாவகஸ்புடம் போட்டு பாவகச் சக்கரம் மூலமாகத்தான் (அதாவது பாவா குண்டலி எனும் சலிட் ஆப் பாவா Chalit of Bhava) நிர்ணயம் செய்ய முடியும் என்பதால் பாவக சக்கரத்தை நிர்ணய சக்கரம் (அ) உறுதிபடுத்தும் சக்கரம் என்று கூறப்படும். இதை ஆங்கிலத்தில் டிஸ்டிங்டிவ் சார்ட் (Distingtive Chart) என்று கூறப்படும்.

இராசிச் சக்கரம், பாவச் சக்கரம் இரண்டும் ஒரே தன்மை யானவை என்பதால் ராசிச் சக்கர அடிப்படையில்தான் வரும். ஒருவரின் ஜாதகத்தில் பாவகச் சக்கரம் போடப்பட்டிருக்கு மானால் பாவகச்சக்கர அடிப்படையில்தான் பலன்களை நிர்ணயம் செய்ய வேண்டும். இதை ஜாதகாலங்காரம், பிருகத் ஜாதகம் போன்ற மூலநூல்கள் தெளிவாகக் குறிப்பிடுகின்றது. ஆனால் மூலநூல்களின் பரிச்சியம் இல்லாத சாமான்ய ஜோதிடர்கள் பாவகச் சக்கரம் பற்றி அக்கரை கொள்ளாமல், இதுவெல்லாம் தேவையே இல்லை என்று தடலாடி அடிக் கின்றார்கள்.

இவர்களுக்கு ஒரு விஷயம் தெரியவில்லை என்றால் அதை அறிந்து கொள்ளாமல் பாவகசக்கரம் என்பது எல்லாம் தேவையே இல்லை என்றும், இப்படி ஒரு சக்கரம் இல்லவே இல்லை என்றும் கூறிவிடுகின்றார்கள். இராசிச் சக்கரமும், பாவகச் சக்கரமும் இரட்டைப் பிறவிகள் போன்றது என்பதை வாசகர்கள் உணர்ந்து கொண்டிருப்பீர்கள்.

2. நவாம்சம் :

நவாம்சம் என்பது ஒன்பது அம்ஸம் என்று பொருள்படும். ஒரு ராசியை ஒன்பது பிரிவாக்கி, எந்தப் பிரிவில் அம்ஸா லக்னம், மற்றும் கிரகங்கள் அமைந்துள்ளது என்பதைக் காணுவது நவாம்சத்தின் அடிப்படையாகும். ராசியில் உள்ள கிரகங்களின் நிலையை நவாம்சம்தான் பிரதிபலிக்கும். ராசிச்சக்கரத்தில், ஆட்சி, உச்சம், மூலத்திரிகோண பலத்தில் உள்ள கிரகம் நவாம்சத்தில் பகை, நீசம் பெறுமானால் அக்கிரகத்தின் வலிமை குறைந்துவிடும்.

உதாரணமாக மேஷராசியில் சூரியன் உச்சமடைகின்றார். இது அதிபல நிலை என்று ஜோதிட சாஸ்திரம் குறிப்பிடுகின்றது. இவ்வாறு அதிபலம் பெறும் சூரியன் அஸ்வினி 2-ம் பாதத்தில் இருந்தால் நவாம்ச ரீதியாக ரிஷப நவாம்சம் பெற்று அதில் சூரியன் பகை என்ற நிலையைப் பெறுவதால் சூரியனின் பலம் குறையும். அதே போல் பரணி 3-ம் பாதத்தில் இருந்தால் நவாம்சப்படி துலா நவாம்சம் பெற்று நீசம் பெற்று விடுவதால் இது முற்றிலும் பலமற்ற நிலை ஏற்படும். உச்சம், நீசம் ஆகிய வற்றைப் பற்றி காணும் போது குறிப்பிட்ட பாகை வரை பரமோச்சம், பரமநீசம் என்ற அளவு உள்ளது. அதையும் மறக்காமல் கவனத்தில் கொள்ள வேண்டும்.

மேலே குறிப்பிட்டபடி பாதசார அடிப்படையில் ராசியில் வலிமையில் உள்ள கிரகங்கள், நவாம்ச ரீதியில் வலுவிழக்கு மானால் அக்கிரகம் செய்யும் பலன்களில் வெகுவான மாறுபாடு ஏற்பட்டு விடும். கூறும் பலன்கள் தவறிவிடும். எனவே கிரகங ்களின் உண்மைத் தன்மையை நவாம்ஸ சக்கரம்தான் உறுதி செய்யும். மேலும் ஒருவரின் தொழில் நிலையை நவாம்ஸம்தான் உறுதி செய்யும். ராசி ரீதியாக 10-ம் இடமான தொழில் ஸ்தான அதிபதி நவாம்சத்தில் யாருடைய வீட்டில் உள்ளாரோ அவர்

சம்பந்தமான தொழிலோ, அல்லது எந்த கிரகத்தின் சாரத்தில் உள்ளாரோ அவரின் தொழிலும் அமையக் கூடும்.

மற்றும் நவாம்சத்தின் 10-க்குடையவருடன் இணையும், பார்க்கும் கிரகங்களின் வலிமையின் அடிப்படையிலும் தொழில் வகை அமையக்கூடும். ஒவ்வொரு கிரகம் மற்றும் ஒவ்வொரு பாவத்தின் தன்மையையும் நவாம்ச சக்கரத்தின் மூலமாகத்தான் அறிய வேண்டும். எனவே இந்த நவாம்சத்தை ஆங்கிலத்தில் அனலைசிங் சார்ட் (Analaising Chart) என்று குறிப்பிடப்படும். மற்ற கணிதங்கள் இல்லையென்றாலும் பலன் கூற நவாம்சம் அவசியம் தேவையாகும். இராசி, நவாம்சம் இரண்டும் ஜோதிட சாஸ்திரத்தின் இரண்டு கண்களாகும். நவாம்சம் கூட இல்லாமல் ஜாதக பலன் கூறுவது முற்றிலும் பொருத்தமற்ற செயல் என்பதுடன் அது சரியான, முறையான வழியுமல்ல.

3. திரேக்காணம் [அ] திரேஷ்காணம் :

இது ராசியை 3 பிரிவாகப் பிரித்து அறிவதாகும். இது திரிகோண அமைப்புடன் சம்பந்தப்பட்டது. திரிகோண அமைப்பு தான் திரேக்காணமாக அமையும். ஒவ்வொரு பிரிவும் 10 பாகை அல்லது ஒரு நட்சத்திரத்தின 3 பாதங்களைக் கொண்டதாக அமையும். அதாவது மேஷ ராசியின் முதல் 10 பாகைகள் அல்லது அஸ்வினி 1, 2, 3 ஆகிய பாதங்கள் முதல் திரேக்காண மாகவும்; இரண்டாவது 10 பாகை (அ) அஸ்வினி 4, பரணி 1, 2 ஆகிய 3 பாதங்கள் இரண்டாவது திரேக்காணமாகவும்; மூன்றாவது 10 பாகை (அ) பரணி 3, 4 கார்த்திகை 1-வது பாதம் மூன்றாவது திரேக்காணமாகவும் அமையும்.

முதல் திரேக்காண அதிபதி செவ்வாய் என்பதால் மேஷமே முதல் திரேக்காணமாகும். 2-வது திரேக்காண அதிபதி சூரியன் என்பதால் மேஷத்தின் 5-வது ராசியான சிம்மம் 2-வது

திரேக்காணமாகும். 3-வது திரேக்காண அதிபதி குரு, மேஷத்தின் 9-வது ராசியான தனுசு 3-வது திரேக்காணமாகும். திரேக்காணத்தைக் கொண்டு ஜாதகர், மற்றும் கிரகங்களின் குண நலன்களையும், ஜாதகரின் பெற்றோர்களின் நிலையையும் அறிந்து கொள்ளலாம்.

திரேக்காணம் அமைப்பதில் நடைமுறையில் மாற்றுக் கருத்து உள்ளது. பிருகத் ஜாதகம் போன்ற மூல நூல்கள்; முதல் திரேக்காணாதிபதி அந்த ராசியின் அதிபதியே என்றும், அவரை அடுத்து 5-ம் ராசி அதிபதி 2-ம் திரேக்காணாதிபதி என்றும் தெளிவாகக் குறிப்பிட்டுள்ளது. ஆயினும் சிலர் வேறு நடைமுறையைக் கடைபிடிக்கின்றனர். இது பற்றி பல வாசகர்கள் என்னிடம் கேள்வி கேட்டு கடிதம் எழுதி எது சரியான வழிமுறை என்று கேட்டுள்ளார்கள்.

அதாவது நாம் நவாம்சம் அமைக்கும் முறைப்படி சரராசியையே முதல் திரேக்காணமாகவும், ஸ்திரத்தை அடுத்த திரேக்காணமாகவும், உபயத்தை கடைசி திரேக்காணமாகவும் அமைக்கின்றனர். அதாவது சரலக்னத்துக்கு 1, 5, 9 என்ற அடிப்படையிலும் ஸ்திரலக்னத்துக்கு 9, 1, 5 என்ற அடிப்படையிலும், உபய லக்னத்துக்கு 5, 1, 9 என்ற அடிப்படையிலும் விளக்கமாக குறிப்பிட்டால் சரலக்னத்தில் பிறந்தவர்களுக்கு உதாரணமாக மேஷலக்னத்தில் பிறந்தவர்களுக்கு மேஷமே முதல் திரேக்காணம், சிம்மம் 2-வது திரேக்காணம், தனுசு மூன்றாவது திரேக்காணமாகும்.

ரிஷபம் எனும் ஸ்திரலக்னத்தில் பிறந்தவர்களுக்கு 9-ம் ராசியான மகரம் முதல் திரேக்காணமாகவும், 1-ம் ராசியான ரிஷபம் இரண்டாவது திரேக்காணமாகவும், ரிஷபத்துக்கு 5-வது ராசியான உபயராசி எனப்படும் கன்னி மூன்றாவது திரேக்காணமாகவும், உபயராசி எனும் மிதுன லக்னத்தில்

பிறந்தவர்களுக்கு 5-ம் ராசியான துலாம் முதல் திரேக்காண மாகவும், 9-ம் ராசியான கும்பம் இரண்டாவது திரேக்காண மாகவும், 1-ம் ராசியான மிதுனம் மூன்றாவது திரேக்காணமாகவும் அமைக்க வேண்டும் என்பது அவர்களின் கருத்தாகும்.

இதுபோன்று திரேக்காண அமைப்பையும் சரம், ஸ்திரம், உபயம் என்ற அடிப்படையில் அமைப்பது தவறு என்று கூறி விடுவதற்கில்லை. "ஜோதிடக் களஞ்சியம்" போன்ற சில நூல்கள் இவ்வாறு திரேக்காணம் அமைப்பதைப் பற்றி குறிப்பிடுகின்றது. ஆனால் வராக மிகிரர் எழுதிய பிருகத் ஜாதகத்தின் அடிப் படையையே Dr. B.V. ராமன் போன்ற பல மேதைகள் பின்பற்று வதால், நானும் அந்த நடைமுறையையே பின்பற்றி, வாசகர் களான நீங்கள் குழப்பமடையக் கூடாது என்பதற்காகவே இரு முறைகளையும் குறிப்பிட்டு அதில் அந்தந்த ராசியின் அதிபதியே முதல் திரேக்காணாதிபர்களாக வரும் முதலாம் முறையான பிருகத் ஜாதகத்தின் அடிப்படையையே கடைபிடித்தல் பலன் களுக்கு சரியானதாக இருக்கும் என்பதால் என் ஜோதிட ஆராய்ச்சித் திரட்டு IIம் பாகத்திலுள்ள திரேக்காண பட்டியலை அப்படியே பயன்படுத்திக் கொள்ளலாம்.

4. ஹோராபலம் :

ஹோரை - ஓரை என்று இருவிதமாகவும் கூறப்பட்டாலும் ஹோரா என்பதுதான் சரியானது ஜோதிட சாஸ்திரத்தில் ஓரை எனும் வார்த்தை வேறு வகையிலும் வருகின்றது. 7 கிரகங்களும் தினமும் ஏழு ஓரைகளை அளிக்கின்றது. ஒரு மணி நேரத்துக்கு ஒரு ஓரை வீதம் வரும். அதில் சூரியன், செவ்வாய், சனி ஓரையில் சுபகாரியங்கள் செய்யக் கூடாது என்பது விதியாகும். அது வேறு அமைப்பு. நாம் குறிப்பிடும் இந்த ஹோரா அமைப்பு வேறு. எனவே வாசகர்கள் இரண்டையும் இணைத்து குழப்பிக் கொள்ளக்கூடாது என்பதற்காகவே விளக்கம் அளித்தேன்.

ஹோரா அமைப்பில் சூரியன் சந்திரன் ஆகிய இருவர் மட்டுமே இடம் பெறுகின்றார்கள். மற்ற கிரகங்கள் யாவும் இந்த இருவரின் ஹோரா அமைப்பில் இடம் பெறுவார்கள். ஒரு ராசியை இரு பகுதியாக பிரித்து ஒவ்வொரு 15 பாகையும் ஒரு ஹோராவாக அமையும் ஆண் ராசிகளின் முதல் 15 பாகை சூரியன் ஹோராகவும், பின் 15 பாகை சந்திரன் ஹோராகவும் அமையும். பெண் ராசிகளின் முதல் 15 பாகை சந்திரன் ஹோராகவும், பின் 15 பாகைகள் சூரியன் ஹோராகவும் அமையும்.

சூரிய, சந்திரன் தவிர மற்றைய கிரகங்களுக்கு ஹோரா அமைப்பு இல்லை. லக்கினம் உள்பட அனைத்து கிரகங்களும் ராசியில் தாங்கள் பெற்ற பாகை அளவில் சூரிய ஹோரா அல்லது சந்திரன் ஹோராவில் இடம் பெறும், ஆண்களுக்கு லக்கினம், மற்றும் ஆண் கிரகங்கள் சூரியன் ஹோராவில் அமைவது நல்லது. அதிலும் குறிப்பாக ஆண் லக்னமாகவே அமைந்து சூரிய ஹோராவில் அமைந்திருந்தால் அவர்களுக்கு ஆண்மைத்தன்மை அதிகமாக இருக்கும்.

பெண்களுக்கு லக்னமும் பெண் லக்னமாக அமைந்து, லக்னம் மற்றும் பெண் கிரகங்கள் யாவும் சந்திரன் ஹோராவில் இருக்குமானால் பெண்மைத்தன்மை சிறப்பாக இருக்கும். ஆண்களுக்கு லக்னம், மற்றும் ஆண் கிரகங்கள் யாவும் சந்திரன் ஹோராவில் இருந்தால் ஆண்மைத் தன்மை குறைந்து பெண்மையின் சாயல் அதிகமாகும். பெண்களுக்கு சூரிய ஹோராவில் இருந்தால் ஆண் தன்மை அதிகமாகி பெண்மையின் இலக்கணம் குறையும்.

சூரியன் சந்திரன் ஓராவில் கிரகங்கள் அமையும் நிலையைக் கொண்டும், ராசியில் அவைகளில் உள்ள நிலையைக் கொண்டும், ஒவ்வொரு கிரகத்தின் தன்மையையும், லக்ன நிலையைக் கொண்டு குணாதிசய அமைப்பு பற்றியும், ஜாதகர்

அல்லது ஜாதகி ஆண், பெண் ஆகிய எத்தன்மை அதிகம் உள்ளவர் என்பதையும் அறிந்து கொள்ள முடியும். சில ஆண்கள் பெண் சாயல் அதிகமாக கொண்டிருப்பதும், சில பெண்கள் ஆண் தன்மை அதிகமாகி ஆண்கள் போல் நடந்து கொள்வதும் ஹோராவின் பிரபதிபலிப்பும் முக்கிய காரணமாகும். இவ்வாறு ஆண் பெண் தன்மை பற்றி அறிவதுடன், ஷட்பலம் மற்றும் தசவர்க்க பலத்துக்கும் ஓராவர்க்க பலம் பயன்படுகின்றது.

5. திரிம்சாம்சம் :

திரிம்சாம்சம் அமைப்பதைப் பற்றி முன்னமே ஜோதிட ஆராய்ச்சித் திரட்டு இரண்டாம் பாகத்தில் விளக்கப்பட்டுள்ளது. திரிம்சாம்ச அடிப்படையில் ஒவ்வொரு கிரகத்தின், மற்றும் லக்னத்தின் திரிம்சாம்ச அதிபதி யார் என்பதை அறிந்து கொண்டு ஜாதகரின் அந்தஸ்து, மதிப்பு, மரியாதை, சொத்து சேர்க்கையைப் பற்றியும் அறிந்து கொள்ளலாம். ஒவ்வொரு கிரகமும் தன்னுடைய நட்புக் கிரகத்தின் திரிம்சாம்சத்திலோ, சுயதிரிம் சாம்சத்திலோ இருந்தால் அந்த கிரகத்தின் தசா லக்னத்துக்கும் நல்லவர் தசாவாக இருக்கும் பட்சத்தில் அந்த தசாகாலங்களில் ஜாதகருக்கு சொத்து சேர்க்கையும், கௌரவம், அந்தஸ்து போன்றவற்றையும் அளிப்பார்.

பகை கிரகமாக இருந்து, பகைவரின் திரிம்சாம்சத்தில் இருந்து தசாநடந்தால் சொத்துக்கள் விரயமாவதுடன், கௌரவம், அந்தஸ்தும் பாதிக்கப்படும். ஒரு கிரகம் தன் சொந்த திரிம்சாம் சத்தில் இருப்பது பலம் பொருந்திய நிலையாகும். நட்பு கிரக திரிசாம்சத்தில் இருப்பது ஓரளவு நல்ல பலம் என்றே கூறலாம். ஜாதக ரீதியாக நல்ல கிரகம் எனில் முன்பு கூறியது போல் இருந்தால் நற்பலன்களையும், தீய கிரகம் எனில் தீய பலன் களையும் செய்யும். தசவர்க்க பலத்தில் திரிம்சாம்ச பலமும் ஒன்றாகும்.

6. சப்தமாம்சம் (அ) சப்தாம்சம் :

ஒரு ராசியை 7 பகுதியாகப் பிரித்து அறிவது சப்தாம்ச சக்கரமாகும். இதைக் கொண்டு வரக் கூடிய மனைவி (அ) கணவன் பற்றி அறியலாம். ராசிச் சக்கர ரீதியாக 7-ம் இட அதிபதி மற்றும் சுக்கிரன் சப்தாம்ச சக்கர ரீதியாக 7-ம் இடம், மற்றும் சுக்கிரன் நிலை ஆகியவற்றைக் கொண்டு 7-ம் இடமான களத்திரஸ்தானம் பற்றி அறியலாம்.

7. துவாதசாம்சம் :

ஒரு ராசியை 12 பிரிவாக்கி போடப்படுவது துவாதசாம்ச மாகும். இந்த சக்கரத்தைக் கொண்டு ஜாதகரின் குழந்தைகள் நிலையை அறியலாம். ராசி அடிப்படையில் 5-ம் இடம் அதன் அதிபதி குரு ஆகிய நிலைகளுடன் துவாதசாம்ச சக்கர அடிப் படையில் 5-ம் இடம் அதன் அதிபதி, குரு ஆகியவற்றின் நிலைகளின் மூலம் குழந்தைகளின் நிலையை அறியலாம். இந்த 7 சக்கரங்களுடன் சப்தவர்க்கஜ பலம் முடிவுறுகின்றது.

மேலே குறிப்பிட்டுள்ள 7 வர்க்கமும் ஷட் பலக் கணக்கீட்டில் உள்ள 6 பலங்களில் ஒன்றான ஸ்தான பலம் என்பதின் 5 பிரிவுகளில் ஒன்றாகும். ஸ்தான பலத்தின் மற்ற நான்கு பிரிவுகளைப் பற்றிய சிறு விளக்கத்தைக் காணலாம்.

உச்சபலம் :

ஒரு கிரகம் ராசியில் உச்சம் பெற்று இருக்குமானால், அந்த கிரகத்தின் உச்சபலம் எவ்வளவு என்பதை அறிந்து கணக்கிட வேண்டும். உச்சம் என்றவுடன் பொதுவாக உச்சம் என்றே கூறிவிடுவார்கள். அது சரியானதல்ல. உச்சம் பெற்ற கிரகம் அந்த ராசியின் எல்லா பாகைகளிலுமே உச்ச அளவில் இருக்கும் என்று கருதிவிடக் கூடாது. குறிப்பிட்ட பாகை அளவில்

மட்டுமே பரமோச்சம் என்ற அளவில் உச்ச பலம் பெறும். மற்ற பாகைகளில் இருக்கும் போது பலம் குறைவாகவே இருக்கும்.

இதற்கான கணக்கீடு "ஜாதக கணிதம்" என்ற மூல நூலில் கொடுக்கப்பட்டுள்ளது. வாசகர்கள் அந்த புத்தகத்தின் அடிப்படையில் விரிவாக அறிந்து கொள்ளலாம். எல்லா வாசகர்களுமே விரும்புவார்கள் என்ற நிலை இல்லாததால், இந்த நூலில் விரிவாக அளிக்காமல் சாராம்சத்தை மட்டுமே எளிமையாக விளக்கப்பட்டுள்ளது. விரிவாக அறிந்து கொள்ள விரும்பும் வாசகர்கள் "ஜாதக கணிதம்" மூலநூல் மூலம் அறிந்து கொள்ளலாம்.

உதாரணமாக :

சூரியன்	10வது	பாகையில் உச்சபலம்	100
சந்திரன்	33வது	பாகையில் உச்சபலம்	100
செவ்வாய்	298வது	பாகையில் உச்சபலம்	100
புதன்	165வது	பாகையில் உச்சபலம்	100
குரு	95வது	பாகையில் உச்சபலம்	100
சுக்கிரன்	357வது	பாகையில் உச்சபலம்	100
சனி	200வது	பாகையில் உச்சபலம்	100

மற்ற பாகைகளில் உச்சபலம் மாறுபடும். அதேபோல்,

சூரியன்	190வது	பாகையில் உச்ச பலம்	0
சந்திரன்	213வது	பாகையில் உச்சபலம்	0
செவ்வாய்	118வது	பாகையில் உச்சபலம்	0
புதன்	345வது	பாகையில் உச்சபலம்	0
குரு	275வது	பாகையில் உச்சபலம்	0
சுக்கிரன்	177வது	பாகையில் உச்சபலம்	0
சனி	20வது	பாகையில் உச்சபலம்	0

0 பாகையில் இருந்து உச்ச பாகை நோக்கி படிப்படியாக பலம் கூடிக் கொண்டே சென்று உச்ச பலமான 100-த் தொட்டு முடிந்ததும் படிப்படியாகக் குறைந்து கொண்டே வந்து 0 பலத்தை அடையும். கிரகங்களின் பாகை அளவுக்கேற்ப உச்ச பல பட்டியல் "ஜாதக கணிதத்தில்" கொடுக்கப்பட்டுள்ளது.

யுக்மாயுக்ம பலம் :

சப்த கிரகங்கள் எனப்படும் சூரியன் முதல் சனி வரையிலும் உள்ள 7 கிரகங்களில் சூரியன், செவ்வாய், குரு, சனி ஆகிய 4 கிரகங்களும் இராசி, மற்றம் நவாம்ச ரீதியாக ஒற்றைப்படை ராசி எனும் ஆண் ராசிகளில் இருந்தால் அதன் பலம் 25 ஆகும். இரட்டைப்படை ராசி எனும் பெண் ராசியில் இருந்தால் அதன் பலம் 0 ஆகும்.

அதே போல் சந்திரன், புதன், சுக்கிரன் ஆகிய மூன்று கிரகங்களும் இரட்டைப் படை ராசி எனும் பெண் ராசியில் இருந்தால் அதன் பலம் 25 ஆகும். ஒற்றைப் படை ராசியான ஆண் ராசியில் இருந்தால் அதன் பலம் 0 ஆகும்.

கேந்திர பலம் :

கிரகங்கள் 1, 4, 7, 10 ஆகிய கேந்திர ஸ்தானங்களில் இருந்தால் அதன் பலம் 100 ஆகும். 2, 5, 8, 11 ஆகிய பண பரஸ்தானத்தில் இருந்தால் அதன் பலம் 50 ஆகும். 3, 6, 9, 12 எனும் ஆபோக்லீய ஸ்தானத்தில் இருந்தால் அதன் பலம் 25 ஆகும். எனவே எந்த கிரகமாக இருந்தாலும் கேந்திரத்தில் வலிமை அதிகம் என்பது புலப்படுகின்றது.

ஆட்சி பலம் :

ஒரு கிரகம் தன்னுடைய ஆட்சி வீட்டில் இருக்குமானால் அதன் பலம் 75 ஆகும். அதே கிரகம் ஆட்சியும், மூலத்திரி

கோணமும் இணைந்த வீட்டில் இருந்தால் அதன் பலம் 100 ஆகும். உதாரணமாக செவ்வாய்க்கு மேஷம் ஆட்சியுடன் மூலத்திரிகோணம் ஆகிய இரண்டும் உள்ளதால் மேஷத்தில் உள்ள செவ்வாய் பலம் 100 ஆகவும், வெறும் ஆட்சி பலம் மட்டும் உடைய விர்ச்சிகத்தில் இருந்தால் பலம் 75 ஆகவும் இருக்கும்.

சுக்கிரன் வெறும் ஆட்சி பலம் மட்டும் உங்கள் ரிஷபத்தில் இருந்தால் 75 பலம், மூலத்திரிகோணம், ஆட்சி இரண்டும் இணைந்த துலாத்தில் இருந்தால் 100 பலம். புதன் வெறும் ஆட்சிபலம். மட்டும் உள்ள மிதுனத்தில் இருந்தால் பலம் 75 தான். மூலத்திரிகோணம், ஆட்சி உச்சம் என்ற மூன்று நிலை களையும் பெறும் கன்னியில் உள்ள போது பலம் 100 ஆகும். சந்திரனுக்கு கடகம் மட்டும்தான் ஆட்சி வீடு.

ஆயினும் சந்திரன் கடகத்தில் வெறும் ஆட்சி பலம் மட்டுமே பெறுவதால் அதன் பலம் 75 தான். சந்திரனுக்கு மூலத்திரிகோண ராசி ரிஷபமாகும். உச்சம் பெறும் வீடும் அதுவே. எனவே அதில் பலம் 100 ஆகும்.

சூரியனுக்கு சிம்மம் மட்டுமே ஆட்சிவீடு என்பதுடன் அதுவே மூலத்திரிகோண வீடாகவும் அமைவதால், சூரியன் சிம்மத்தில் இருந்தால் பலம் 100 ஆகும். குருவுக்கு தனுசு, மீனம் என்ற இரு ஆட்சி வீடுகளில் தனுசு மூலத்திரிகோண வீடாகவும் உள்ளதால் இதில் உள்ள குரு 100 பலம் பெறுவார்.

மீனத்தில் இருந்தால் 75 பலம் பெறுவார். மகரம் வெறும் ஆட்சி பலம் மட்டும் என்பதால் அதில் உள்ள சனிக்கு 75 பலம் மட்டும்தான். கும்பம் ஆட்சியுடன் மூலத்திரிகோண வீடாகவும் உள்ளதால் அதில் உள்ள சனி 100 பலம் பெறுவார். இது தசர்வர்க்க கணக்கீட்டுக்கும் பயனுள்ள கணக்கீடாகும்.

கிரக திருஷ்டி பலம் (பார்வை பலம்):

நவக்கிரகங்கள் எனப்படும் ஒன்பது கிரகங்களுக்கும் பார்வை உண்டு என்பது நீங்கள் அறிந்ததே. ஆனால் அந்த பார்வைக்கும் பலம் உண்டு என்பது சிலருக்கு புதிய விஷயமாக இருக்கலாம். சூரியன், சந்திரன், புதன், சுக்கிரன் ஆகிய 4 கிரகங்களுக்கு 7-ம் பார்வை மட்டும்தான். செவ்வாய்க்கு 4, 7, 8 ஆகிய பார்வைகளும், குருவுக்கு 5, 7, 9 ஆகிய பார்வைகளும். சனிக்கு 3, 7, 10 பார்வைகளும் உண்டு. (ராகு கேது சாயா கிரகங்கள் என்பதால் ஷட் பலக்கணக்கீட்டில் அவைகளுக்கு இடம் இல்லை).

ஆனால் ஷட் பலத்தின் ஒரு அம்ஸக் கணக்கீடான திருஷ்டி பலம் அல்லது திருக் பலம் எனும் பார்வை அளவுக் கணக்கீட்டின்படி எல்லா கிரகங்களுமே 1, 11, 12 ஆகிய இடங்களைத் தவிர மற்ற வீடுகள் அனைத்தையும் பார்வையிடும் என்ற அடிப்படையில் கிரகங்கள் உள்ள பாகையின் நிலைக் கேற்ப பார்வையின் அளவு உள்ளது. இதற்கு தனியான பட்டியலும் உண்டு.

உதாரணமாக ஒரு கிரகம் 180-வது பாகையில் இருந்தால் அதன் திருஷ்டி பலம் எனும் பார்வை அளவு 100 ஆகும். 31வது பாகை முதல் பார்வையின் அளவு அதிகமாகிக் கொண்டே சென்று 180வது பாகையில் பலம் 100 ஆகி மறுபடியும் 181 பாகை முதல் குறைந்து கொண்டே வரும். செவ்வாய், குரு, சனி ஆகிய மூன்று கிரகங்களுக்கும் சேப பலம் எனும் விசேஷ பார்வை உள்ளதால் அவற்றுக்கு தனியான கணக்கீடு உண்டு.

ஷட் பலக் கணக்கீட்டில் ராகு கேது ஆகிய இரு கிரகங்களுக்கும் இடம் இல்லை என்று முன்பே குறிப்பிட்டுள்ளேன். அதை மறந்து விடக் கூடாது. அத்துடன் சமீபத்தில் பிரபல

தினசரியில் குருவின் பலன் பற்றி எழுதியிருந்ததில் குருவுக்கு 4ம் பார்வை உண்டு என்று எழுதப்பட்டிருக்கிறது. இது தவறு என்று அந்த தினசரி பத்திரிகைக்கு கடிதம் எழுதினேன். அதற்கு விளக்கம் அளிக்கும் முகமாக அந்த கட்டுரையாசிரியர் பிருகத் ஜாதகத்தை மேற்கோள் காட்டி இப்போது நான் கூறியபடி "ஷட் பலக் கணக்கீட்டுக்கு" 1, 11, 12-ம் இடங்களைத் தவிர மற்ற இடங்களைப் பார்வையீடும் என்ற கருத்தை பத்திரிக்கையில் எழுதினார்.

அதுவும் தவறு மேற்படி பார்வை ஷட்பலக் கணக்கீட்டுக் கேயன்றி சாதாரணமாக ஜாதக ஆய்வுக்கு அந்த பார்வைகள் கிடையாது. ஜாதக ஆய்வு செய்யும் போது குருவின் 5, 7, 9 பார்வைகளை மட்டுமே கணக்கில் கொள்ள வேண்டும். ஷட்பலக் கணக்கீட்டுக்கு பயன்படும் மற்ற பார்வைகளை ஜாதக ஆய்வுக்கு பயன்படுத்தலாம் என்று பிருகத் ஜாதகம் மட்டுமல்ல, வேறு நூல்களிலும் இல்லை. நவீன வராக மிகிரர் என அழைக்கப்படும் டாக்டர் B.V. ராமன் அவர்களின் நூல்களிலும் இல்லை என்று பதில் எழுதினேன். அதற்குரிய பதிலே வரவில்லை அவரிடமிருந்து.

இதை ஏன் இங்கு குறிப்பிடுகின்றேன் என்றால் நம் வாசகர்கள் தவறான வழிமுறைகளை ஏற்றுக் கொள்ளக் கூடாது என்பதால்தான். எனவே ஷட்பலக் கணக்கீடு இல்லாத ஜாதக ஆய்வுக்க சூரியன் முதல் சனி வரை உள்ள 7 கிரகங்களுக்கும், ராகு கேதுவுக்கும் 7-ம் பார்வை உண்டு. செவ்வாய்க்கு விசேஷ (சேப) பார்வையாக 4, 8-ம் பார்வைகளும், குருவுக்கு 5, 9 பார்வைகளும், சனிக்கு 3, 10-ம் இட பார்வைகளும், ராகு கேதுவுக்கு 3, 11-ம் இட பார்வைகளும் மட்டும்தான் உண்டு. வேறு பார்வைகள் இல்லை. ஷட் பலக் கணக்கீட்டில் திருஷ்டி பலம் என்ற கணக்கிற்கு மட்டும்தான் முன்பு கூறியபடி பார்வை

பலம் உண்டு. அதற்கு தனியான பட்டியல் மூலநூலான ஜாதக கணிதத்தில் உள்ளளது.

கேந்திராதிபலம் :

இதுவும் கேந்திர பலம் போன்றதேயாகும். எனினும் சிறு வித்தியாசம் கிரகங்கள் கேந்திரங்களில் உள்ள போது அது தன் சொந்த வீடாக இருப்பின் கூடுதல் பலம் உண்டு என்பதை கேந்திராதி பலம் என்று 100 எண்ணிக்கை சேர்த்துக் கொள்ளலாம். பிற கேந்திரங்களில் இருந்தால் 75 என்று கூடுதலாக கணக்கிட்டுக் கொள்ளலாம். கேந்திரபலம் என்பது பொதுவாக கேந்திரத்தில் இருப்பது. கேந்திராதிபலம் என்பது தன் சொந்த வீடு கேந்திரமாக அமைந்து அதில் இருப்பது இந்த சிறு வித்தியாசத்தை கவனமாக கொள்ள வேண்டும்.

திக்பலம் :

ஒவ்வொரு கிரகமும் ஒரு குறிப்பிட்ட ஸ்தானத்தில் உள்ள போது திக்பலம் எனும் அதிபதி அமைப்பை பெறுகின்றது. அக்கிரகம் நீச நிலை, பகை நிலையில் இருந்தாலும் அந்த இடம் திக்பலம் பெறும் ஸ்தானமாக இருந்தால், நீசம், பகையையும் மீறி பலம் ஏற்படும். உதாரணமாக சூரியன், செவ்வாய் இருவரும் 10-ம் இடத்தில் திக்பலம் பெறுவார்கள். மகரலக்ன தாரர்களுக்கு சூரியன் 10-ம் இடமான துலாத்தில் நீசம் பெற்று இருந்தாலும், திக்பலம் என்ற அளவில் பலம் உண்டு.

துலாம் லக்னத்தாரர்களுக்கு 10-ம் இடமான கடகத்தில் செவ்வாய் நீச நிலையில் இருந்தாலும் திக்பலம் என்ற அமைப்பில் பலம் பெறுவார். சந்திரன், சுக்கிரன் இருவரும் 4-ம் இடமான சதுர்த்த கேந்திரத்தில் திக்பலம் பெறுவார்கள். புதன், குரு இருவரும் 1-ம் இடமான லக்னத்தில் திக்பலம் பெறுவார்கள்.

சனி சப்தமகேந்திரம் எனும் 7-ம் இடத்தில் திக்பலம் பெறுவார். திக்பல ஸ்தானத்தில் உள்ள கிரகம் 100 பலம் பெறும். திக்பல அளவுக்கும் பட்டியல் உள்ளது, அதைக் கொண்டு திக்பல அளவை அறிந்து கொள்ளலாம்.

நைசர்க்கிக பலம் :

நைசர்க்கிகம் என்றால் நண்பர், பகைவர், சமமானவர் (மித்துரு, சத்ரு, சமமானவர்) என்பதாகும். இதில் இரு வகை உண்டு. ஒன்று நிலையான மித்துரு, சத்ரு, சமம் என்றும், மற்றொன்று தற்கால சத்ரு, மித்துரு, சமம் என்றும் இரு அமைப்பு உள்ளது. நிலையான சத்ரு, மித்துரு பற்றி அறிவதற்கான சூத்திரம் உள்ளது போலவே தற்காலிக சத்ரு, மித்துரு எனும் நைசர்கிகம் பற்றி அறிந்து கொள்ளவும் சூத்திரம் உள்ளது.

நிலையான சத்ரு, மித்ரு எனும் நைசர்கிகம் பற்றிய சூத்திரம் ஏற்கனவே அளிக்கப்பட்டுள்ளது. தற்காலிக நைசர்க்கிகம் பற்றி அறிய ஒரு கிரகம் தான் இருக்கின்ற ராசி யிலிருந்து 2, 3, 4, 10, 11, 12 ஆகிய ராசிகளில் உள்ள கிரகங்கள் அக்கிரகத்துக்கு தற்காலிக மித்திரனென்றும் (நண்பர்) 1, 5, 6, 7, 8, 9-ம் இடங்களில் உள்ள கிரகங்கள் அக்கிரகத்துக்கு தற்காலிக சத்ரு (பகைவர்) என்றும் கொள்ள வேண்டும். மேலே குறிப் பிட்டுள்ள இரு சூத்திரங்களின் படியும் நிலையான, அல்லது தற்காலிக நைசர்க்கிக சத்துரு, மித்துரு, சமம் ஆகியவற்றையும் ஒன்றாய் சேர்த்து அடியிற் கண்டபடி அதிமித்துரு, அதிசத்ரு, சமம், மித்ரு, சத்ரு ஆகியவற்றை அறிந்து அதற்கென உள்ள பட்டியல்படி கணக்கிட வேண்டும்.

1. நிலையான நைசர்க்கிக மித்ருவே, தற்காலிக மித்ருவாகவும் அமைந்தால் அது அதிமித்துருவாகும்.

2. நிலையான நைசர்க்கிக மித்ரு, தற்காலிக சத்ருவாக அமைந்தால் அது சமம் ஆகும்.

3. நிலையான நைசர்க்கிக சத்ரு தற்காலிக சத்ருவாகவும் அமைந்தால் அதிசத்ருவாகவும் ஆகும்.

4. நிலையான சத்ருவானவர், தற்காலிக மித்ருவாக அமைந்தால் சமம் ஆகும்.

5. நிலையான சமம் பெற்றவர், தற்காலிக மித்ருவாக அமைந்தால் மித்ருவாக ஆவார்.

6. நிலையான சமம் பெறுபவர், தற்காலிக சத்ருவானால் சத்ருவாகி விடுவார்.

என்ன வாசகரே வெகு குழப்பமாக இருக்கின்றதா! என்ன செய்வது "ஷட்பலக் கணக்கீடு" பற்றி அறிந்து கொள்ள வேண்டுமானால் இந்த குழப்பங்களையெல்லாம் சமாளித்து வெற்றி பெற்றாக வேண்டும். குழப்பமான கணக்கீடுதான். மிக அதிகமான பொறுமையும், கணித ஞானமும் இருந்தால்தான் ஷட்பலக் கணக்கீடு செய்ய முடியும். தமிழகத்தில் ஷட் பலக் கணக்கீடு பற்றி அறிந்தவர்கள் தொகை வெகு குறைவுதான். விரல் விட்டு எண்ணி விடலாம்.

சேஷ்டாபலம் (ஜேஷ்டாபலம்) :

சேஷ்டா என்பது கிரகங்களின் ஓட்டத்தால் அதாவது சுற்றுப் பாதையில் எவ்வளவு தூரம் ஓடியுள்ளது அல்லது கடந்துள்ளது என்பதை அறிவது. சூரியனின் சேஷ்டாபலத்தின் அளவு சூரியனுடைய அயன பலமே ஆகும். இதற்கு தனியான பட்டியல் உள்ளது. சந்திரனின் சேஷ்டாபலம் அதன் பட்சபலமே ஆகும். மற்ற கிரகங்களின் சேஷ்டாபலம் காண அவற்றின் சேஷ்ட கேந்திரமென்று சொல்லப்படும் அளவை முதலில் அறிய

வேண்டும். அதற்கு சீக்கிர கேந்திரம் என்ற பெயரும் உண்டு. ஜேஷ்ட கேந்திரம் அல்லது சீக்கிர கேந்திரம் என்பதை அறிய வானசாஸ்திரம் முழுமையாகத் தெரிய வேண்டியது அவசியமாகும். சுருக்கமாக சில விளக்கம்.

பூமியின் ஓரிடத்திலிருந்து பார்க்கும் போது சூரியனும் அதனுடன் சேரும் கிரகமும் ஒரே இடத்தில் இருந்தால், அந்த இடத்துக்கு சீக்கிரோச்சமென்று பெயர். சேரும் கிரகத்தின் மத்திம ஸ்புடத்தையும், சுத்த ஸ்புடத்தையும் கூட்டி வரும் தொகையை இரண்டால் வகுக்க வரும் ஸ்புடத்துடன், சீக்கிரோச்சத்தைக் கழிக்க வருவது சீக்கிர கேந்திரமாகும். சீக்கிரகேந்திரம் சைபரானால் (0) அதன் பலமும் 0 ஆகும். 0 முதல் 180 பாகை வரை உயர்ந்து கொண்டே வந்து 180-வது பாகையில் முழு பலமாகி மறுபடியும் 180 முதல் 360 டிகரி வரையிலும் குறைந்து கொண்டே போய் சைபரில் முடியும்.

ஒரு கிரகம் சூரியனுடன் சேர்ந்து ஸ்புட ரீதியாய் ஒரே பாகை, கலையில் இருந்தால் அதற்கு உவாந்தம் என்றும் சூரியனுக்கு எதிரே 180 டிகிரி தூரத்தில் இருப்பதற்கு "உவா" என்றும் கூறப்படும். சந்திரன், செவ்வாய், குரு, சனி ஆகிய நான்கு கிரகங்களுமே சூரியனை விட்டு 180 பாகை அளவு தூரமாக இருக்கக் கூடுமென்பதால் இவற்றுக்கு "உவா" என்பது உண்டு. புதன், சுக்கிரன் ஆகிய இரு கிரகங்களும் சூரியனை விட்டு 180 பாகை அளவுக்கு பிரிந்திருக்கும் சாத்தியமில்லாத காரணத்தால் இந்த இருகிரகங்களுக்கும் "உவா" என்பது இல்லை.

மேலும் இவ்விரண்டு கிரகங்களும் சூரியனுடன் சேர்ந்து இருக்கும் போது பூமிக்கு அருகாமையில் ஒரு சமயத்திலும், பூமிக்கு தூரமாக ஒரு சமயத்திலும் இருக்கும். பூமிக்கு அருகாமையில் இருக்கும் உவாந்தத்துக்கு "சமீப உவாந்தம்"

என்றும், தொலைவில் இருக்கும் உவாந்தத்துக்கு "தூர உவாந்தம்" என்றும் பெயராகும்.

இவையாவும் மிகுந்த சிரமத்தின் பேரில் செய்யப்படும் கணிதமாகும். மேலும் இதைக் கணக்கிட "நாடிகல் ஆல்மனக்" என்ற புத்தகம் தேவை பஞ்சாங்கங்களில் கொடுக்கப்பட்டிருக்கும் என எதிர்பார்ப்பதற்கில்லை. "உவா" என்பதற்கு "ஆப்போஸிஸன்" (Opposition) என்றும், "உவாந்தம்" என்பதற்கு "கஞ்செங்ஷன்" (Congenction) என்றும் சமீப உவாந்தத்திற்கு "சுபீரியர் கஞ்செங்ஷன்" (Superior Congenction) என்றும் ஆங்கிலத்தில் கூறப்படும்.

காலபலம் :

காலபலம் என்ற தலைப்பில் 7 விதமான பலம் அடங்கி உள்ளது. இந்த 7 விதமான பலத்துக்கும் உரிய கணக்கீடுகளைத் தனித்தனியாக செய்து அறிய வேண்டும். 1. நதஉன்னத பலம்; 2. தினராத்திரி திரிபாக பலம், 3. வருஷ பலம், 4. மாதபலம், 5. தினபலம், 6. ஓராதிபலம், 7. பட்சபலம் என 7 வகைப்படும்.

1. நத உன்னத பலம் :

"நத" என்பது பாதாளமாகும். உன்னத என்பது உச்சி ஆகும். சூரியன் வான் உச்சியிலோ, அல்லது பூமிக்கு மறுபுறம் பாதாளத்தில் உள்ள நிலையை அனுசரித்து கிரகங்களுக்கும் ஏற்படும் பலத்தை அறிவது நத உன்னத பலமாகும். இதற்கு தனியாக "ஜாதக கணிதம்" மூலநூலில் பட்டியல் உள்ளது. அதன் படி கணித்து அறிய வேண்டும்.

2. தினராத்திரி திரிபாக பலம் :

"அகஸ்" எனும் பகல் பொழுதை 3 சமபாகமாகப் பிரிக்க வேண்டும். "அகஸ்" எனும் பகல்பொழுதின் அளவு பஞ்சாங்கங் களில் கொடுக்கப்பட்டிருக்கும். எனினும் அது பஞ்சாங்கம்

கணிக்கப்பட்டிருக்கும் ஊரின் மத்தியத்திற்கு கொடுக்கப்பட்ட தாகும். வாசன் அல்லது ஆனந்த போதினி பஞ்சாங்கத்தில் கொடுக்கப்பட்டிருப்பது சென்னைக்குரிய "அகஸ்" ஆகும். அதை கணக்கிடும் ஜனன ஊரான இஷ்டபிரதேச அளவுக்கு மாற்றிக் கொள்ள வேண்டும். அகஸ் கொடுக்கப்படாமலிருந்து, சூரிய உதய, அஸ்தமன நேரங்கள் மட்டும் கொடுக்கப்பட்டிருந்தால் அகஸை பின்வருமாறு கணக்கிட வேண்டும்.

சூரிய அஸ்தமன நேரத்துடன் 12 மணியைக் கூட்டி வருகின்ற அளவிலிருந்து சூரியன் உதயமாகும் நேரத்தைக் கழித்து விட்டால் வருவது பகற்பொழுது அல்லது அகஸாகும். உதாரணமாக ஒரு தேதியில் சூரிய உதயம் காலை 5.57-க்கும், அஸ்தமனம் மாலை 6.20-க்கும் ஏற்படுவதாக இருந்தால்; மாலை 6.20 + 12.00 = 18.20 - 5.57 = 12.23 என்பது பகற்பொழுதான அகஸாகும். இதை நாழிகையாக்க 12.23 X 2½ = 30.571½ நாழிகையாகும். (30 நாழிகை 57½ வினாடியாகும்) ஒரு நாளின் 60 நாழிகையில் அகஸ் எனப்படும் பகற்பொழுதுதான 30.57½ ஐக் கழிக்க வருவது இரவுப் பொழுதின் அளவாகும். 60.00 - 30.57½ = 29.2½ என்பது இரவுப் பொழுது.

அகஸ் எனும் பகல் பொழுதை 3 சமபாகமாக்கி 1வது பாகம் புதனுக்கும், 2வது பாகம் சூரியனுக்கும், 3வது பாகம் சனிக்கும் உரியதாகும். அதேபோல் இரவுப் பொழுதை 3 சம பாகமாக்கினால் 1வது பாகம் சந்திரனுக்கும், 2வது பாகம் சுக்கிரனுக்கும், 3வது பாகம் செவ்வாய்க்கும் உரியதாகும். குருவுக்கு மட்டும் எல்லா பாகங்களில் பலம் 100 ஆகும். மற்ற கிரகங்கள் தங்களுக்குரிய பாகங்களில் இருந்தால் பலம் 100 ஆகும். மாறி இருந்தால் பலம் இல்லை என கணக்கிட வேண்டும்.

3. வருஷ பலம், 4. மாதபலம், 5. தினபலம், 6. ஓராபலம்.

[அ] கால ஓரா பலம் :

ஒவ்வொரு ஜாதகத்துக்கும் மேலே கூறிய நான்கு அதிபதிகள் இருக்கின்றார்கள். வருஷாதிபதியாக வரும் கிரகத்துக்கு ¼ பலமும், அதாவது 100-க்கு 50 பலமும், அதாவது ½ பலமும், தினாபதிபதியாக வரும் கிரகத்துக்கு 75 பலமும் ¾ பலமும், ஓராதிபதியாக வரும் கிரகத்துக்கு முழுபலம் 100 என்று சொல்லப்பட்டுள்ளது. ஆகையால் பிறந்த நேரத்தின்படி இவற்றின் அதிபதிகளை அறியவேண்டியது அவசியமாகும்.

இவற்றைப் பற்றிய கணக்கீடு செய்யும் முறை சூரிய சித்தாந்தத்தில் கொடுக்கப்பட்டுள்ளது. வருஷாதிபதி அறிய சிருஷ்டி முடிவான தினம் முதல் பிறவி ஜனனமான தினத்துக்கு முன்பாக செல்லான மொத்த தினங்களின் மொத்த எண்ணிக்கையை அறிய வேண்டும். இந்த மொத்த தினங்களுக்கும் "அஹர் கணம்" என்று பெயராகும். இந்த அஹர் கணத்தை 360-ஆல் வகுக்க வேண்டும். (ஒரு வருஷத்துக்கு 360 சாவனதினங்கள் என்பதால்) வகுத்து வரும் மீதியை விட்டு விட்டு, ஈவை மட்டும் 3-ஆல் பெருக்கி வந்த எண்ணுடன் 1-ஐக் கூட்டி வரும் எண்ணை 7ஆல் வகுக்க வருகின்ற மீதியை எடுத்துக் கொள்ள வேண்டும். மீதி வரவில்லையென்றால் 7 என்பதையே மீதமாக வைத்துக் கொள்ளவும், மீதியாக வரும் 1-க்கு சூரியன், 2-க்கு சந்திரன் என்ற சனி வரையில் வரிசையாக வருஷாதிபதிகளாவார்கள்.

மாத அதிபதி அறிய :

மேற்குறிப்பிட்ட அஹர்கணத்தை 30ஆல் வகுக்க வேண்டும். (1 மாதத்துக்கு 30 நாட்கள் என்பதால்) வகுக்க வருகின்ற மீதியைத் தள்ளிவிட்டு, வந்துள்ள ஈவை 2-ஆல் பெருக்கி வந்த எண்ணுடன் 1-ஐக் கூட்டி வரும் எண்ணை 7-ஆல் வகுத்து வரும் மீதி 1-க்கு சூரியன்; 2. சந்திரன்; 3-க்கு

செவ்வாய்; 4-க்கு புதன், 5-க்கு குரு; 6-க்கு சுக்கிரன்; 7-க்கு சனி என்பதுடன் 0 வந்தால் அதற்கும் சனியே மாத அதிபதி களாவார்கள்.

தினாதிபதி அறிய :

மேலே குறிப்பிட்ட அஹர்கணத்துடன் 1 கூட்டி வந்த எண்ணை 7ஆல் வகுத்து வரும் மீதி 1-க்கு சூரியன்; 2-க்கு சந்திரன்; 3-க்கு செவ்வாய்; 4-க்கு புதன்; 5-க்கு குரு; 6-க்கு சுக்கிரன் 7 அல்லது 0-க்கு சனி தினஅதிபதிகளாவார்.

ஓராதிபதி அறிய :

ஒவ்வொரு நாளும் 24 மணி நேரம் அல்லது 60 நாழிகை கொண்டது அல்லவா ! ஒவ்வொரு நாளிலும் 1 மணி நேரம் அல்லது 2½ நாழிகைக்கு ஒவ்வொரு ஓரையாக வரும். ஒவ்வொரு நாளின் முதல் 1 மணிக்கு அந்த நாளின் அதிபதியின் ஓரையே வரும். உதாரணமாக ஞாயிற்றுக் கிழமையில் முதல் ஓரையே காலை 6 மணி முதல் 7 மணி வரை அந்த நாளின் அதிபதியான சூரியன் ஓரையாகும். அடுத்து 7 மணி வரை அந்த நாளின் அதிபதியான சூரியன் முதல் 6வது நாளின் அதிபதியான சுக்கிரன் ஓரையாகும்; அடுத்து 8 மணி முதல் 9 மணி வரை சுக்கிரன் முதல் 6வது நாளான புதன் ஓரையாகும். இந்த ஓரைப் பட்டியல் அனைத்து பஞ்சாங்கங்களிலும் கொடுக்கப்பட்டிருக்கும். அதைப் பயன்படுத்திக் கொள்வதுடன், அஹர்கணம் அறிய உபஅஹர்கணப் பட்டியல் உள்ளது. அதன்படி கணக்கீடு செய்து கொள்ள வேண்டும்.

பட்ச பலம் :

சுபக் கிரகங்களின் பலம் அமாவாசை முதல் பௌர்ணமி வரை அதிகமாகிக் கொண்டும்; பௌர்ணமி முதல் அமாவாசை

வரையிலும் குறைந்து கொண்டும் வரும். பாபக் கிரகங்களின் பலம் பௌர்ணமி முதல் அமாவாசை வரை அதிகமாகிக் கொண்டும்; அமாவாசை முதல் பௌர்ணமி வரையில் குறைந்து கொண்டே செல்லும். பௌர்ணமியில் சுபக்கிரகங்களுக்கு முழுபலம் என்றும், பாபக் கிரகங்களுக்கு சைபர் பலம் என்றும், அமாவாசையில் பாபக் கிரகங்களுக்கு முழுபலம் என்றும், சுபக்கிரகங்களுக்கு சைபர் பலம் என்றும் ஆகும். பொதுச் சுபர்கள் குரு - சுக்கிரன், புதன் - சுக்கிரன் என்றும் பொது பாவர்கள் சூரியன் - செவ்வாய் - சனி என்றும் கொள்ள வேண்டும். இதற்கும் பட்டியல் உள்ளது அதன்படி கணக்கிடலாம்.

அயனபலம் :

இது கிரகங்களின் உத்திரகிராந்தி (வடக்கு); தட்சிண கிராந்தி (தெற்கு)யை அனுசரித்தது. இதற்கு ஆங்கிலத்தில் டெக்லீனேஷன் (Declination) என்று பெயர் ஆகும். கிராந்தியைக் கணிப்பது என்பது சற்று சிரமமானது என்பதுடன் வானசாஸ்திர நுணுக்கம் தெரிந்திருக்க வேண்டும். நாடிகல் அல்மனக் என்ற பஞ்சாங்க கணித புத்தகத்திலும், வாசன் (அ) ஆனந்த போதினி பஞ்சாங்கத்திலும் கிராந்திகள் கொடுக்கப்பட்டுள்ளது. கிரகங்கள் ஆகாய நிரட்சர ரேகைக்கு வடக்கு அல்லது தெற்கில் செல்லும் தூரத்துக்கு ஏற்றவாறு பலம் பெறும்.

கிரகயுத்தபலம் என்பதும் கிராந்திகளை அனுசரித்தே ஆகும். ஒரு ராசியில் ராகு - கேதுவைத் தவிர கூட்டுக் கிரகங்கள் இருந்தால் அவைகள் கிரகயுத்தத்தில் ஈடுபடும் சூரியன் சந்திரன் மட்டும் இணைந்திருந்தால் அவர்களுக்குள் கிரகயுத்தம் இல்லை. காரணம் அது அமாவாசையை ஒட்டியது என்பதால். கிரகங்கள் ஒரே சாரத்தில் இருந்தால் கிரகயுத்தம் அதிகம். பாத சாரம் மாற, மாற யுத்த பல நிலையும் கூடும். ஒரே சாரத்தில் உள்ளபோது

ஒரே பாகை, கலையில் இருக்கும் கிரகங்களின் பலம் சைபராகி விடும். அந்த கிரகங்கள் யாவுமே கிரகயுத்தத்தில் தோற்று விட்டதாகும்.

கிராந்திகளின்படி உத்திரகிராந்தி (வடக்கு)யில் தூரத்துக் கேற்றவாறு கிரகயுத்த வெற்றி நிர்ணயம் செய்யப்பட வேண்டும். கேரளத்திலும், வடநாட்டிலும் கிரகயுத்த பலத்துக்கு முக்கியத்துவம் அளிக்கப்படுகின்றது. கிரகயுத்த பலம் பற்றி தோராயமாக கணக்கீடு செய்வதுண்டு. அதாவது கூட்டுக் கிரகங்கள் ஒரு ராசியில் உள்ள போது பாகை, காலை அளவு அல்லது பாதசாரப்படி முன்னால் உள்ள கிரகமே கிரகயுத்தத்தில் வெற்றி பெற்றதாகவும், மிகவும் பின்தங்கியுள்ள கிரகம் கிரக யுத்ததில் தோல்வியடைந்ததாகவும் கருதலாம். எனினும் இது மிகத் தோராயமானதே. துல்லியமான கிரகயுத்த பலக் கணக்கீடு டெக்லினேஷன் எனப்படும் கிராந்தியைக் கொண்டே அமையும்.

நாம் இதுவரையிலும் "ஷட் பலக்" கணக்கீட்டிற்கு பயன் படும் முக்கியமான 24 விதமான அம்ஸங்களைப் பற்றி சுருக்கமாக அறிந்து கொண்டோம். இதைக் கணிக்கும் விரிவான முறை பற்றி அளிக்கவில்லை. காரணம் இது தனிப் புத்தகமாகவே வர வேண்டிய அளவுக்கு விஷயங்கள் உள்ளது என்பதுடன், இவ்வளவு சிரமப்பட்டு கணிதம் அமைத்துக் கொண்டாலும், இதன்படி பலன்கள் கூறுவதற்கு அதிகமான அனுபவமும் ஞானமும் தேவை. இவ்வளவு சிரமத்துக்குரிய அளவுக்கு சன்மானமும் கிடைக்காது. கணக்கிடும் முறைகள் உள்ளதேயன்றி, பலன்களை நிர்ணயம் செய்யும் சரியான முறை தெளிவாக இல்லை. எனவே அதிகமான அனுபவ ஞானம் தேவை.

மேலும் இதற்கு தேவையான சில முக்கிய புத்தகங்கள் தற்போது கிடைப்பதில்லை. உதாரணமாக இஷ்ட, கஷ்ட பலம் கணிதம் செய்ய வேண்டுமானால் வர்க்க மூலம் கணிக்க

வேண்டும். இது கணிப்பது சிரமம். அதற்கு வர்க்க மூலப் புத்தகம் உள்ளது. அதில் 1 முதல் 2475 வரையிலும் உள்ள எல்லா எண்களுக்கும் வர்க்கமும்; 1 முதல் 6, 125, 625 வரையிலுமுள்ள எல்லா எண்களுக்கும் மூலமும் கொடுக்கப்பட்டிருக்கும். இந்த புத்தகத்தின் பெயர், "எக்ஸ்ட்ராக்ட்ஸ் ஆப் தி பாக்கெட் புக் ஆன் செயின் சர்வே டேபிள்ஸ் அண்டு பார்முலா" (EXTRACTS OF THE POCKET BOOK ON CHAIN SURVEY TABLES AND FORMULA). இது புத்தகக் கடைகளில் கிடைப்பதில்லை.

அதே போல் நாடிகல் அல்மெனக் எனும் புத்தகமும் தற்போது கிடைப்பது அரிதாக உள்ளது. மேலும் ஏற்கனவே என் நூல்களில் ஏகப்பட்ட கணிதங்கள் கொடுக்கப்பட்டுள்ளது. மேலும் கணிதம், அதிலும் போடுவதற்கு சிரமமான கணிதம் என்றால் பல வாசகர்கள் ஜோதிடத்தையே வெறுத்துவிடவும் கூடும். எனவே முக்கியமான கணிதங்கள் மட்டும் போதுமானது.

இந்த கணிதம் பற்றிய விவரங்களையும் அறிந்து கொள்ளும் பொருட்டே இங்கு விளக்கம் அளிக்கப்பட்டது.

எனவே இந்த ஷட்பலக் கணக்கீட்டையும் முழுமையாக அறிந்து கொள்ள வேண்டும் என்று விரும்பும் ஆர்வம் அதிகமுள்ள வாசர்கள் மட்டும் ஜோதிட கணித வித்வான் ஜோதிட பூஷணம் C.G. ராஜன் அவர்கள் எழுதியுள்ள "ஜாதக கணிதம்" என்ற புத்தகத்தின் மூலமாகவும், ஆங்கில ஞானம் உள்ளவர்கள் Dr. B.V. ராமன் அவர்கள் எழுதியுள்ள GRAHA AND BHAVA BALAS (கிரகா அன்ட் பாவபலாஸ்) என்ற புத்தகத்தின் மூலம் அறிந்து கொள்ளலாம்.

என்னுடைய முந்தைய நூல்களில் "ஷட்பலம்" பற்றி குறிப்பிட்டிருந்தேன். ஆனால் தெளிவான விவரங்கள் அளிக்க வில்லை. காரணம் இதை தனி நூலாக வெளியிடலாம் என்று

எண்ணியிருந்தேன். ஆயினும் இது வரையிலும் "ஷட்பலம்" பற்றி கேட்டு அதிகபட்சம் 30 கடிதங்கள் வந்துள்ளது. "ஷட் பலம்" பலம் பற்றி தனிப் புத்தகம் எழுதினால் ஆர்வமுடன் வாங்கும் வாசகர்கள் தொகை மிகவும் குறைவு என்பதால், பொருளாதார அடிப்படையில் பதிப்பாளருக்கு நஷ்டமே ஏற்படும்.

என்னுடைய நூல்கள் யாவும் குறுகிய காலத்தில் பல பதிப்புகள் வெளியாக வாசகர்களின் ஆர்வமும், ஆதரவும்தான் காரணம். "ஷட்பலம்" பற்றிய தனிப் புத்தகத்துக்கு ஆர்வமும், ஆதரவும் குறைவாகவே உள்ளது என்பதால் அதைப் பற்றிய விவரங்களை மட்டும் தொகுத்து வாசகர்களாகிய நீங்கள் அறிந்து கொள்ளும்படியாக அளித்துள்ளேன். ஆர்வமுள்ள வாசகர்கள் இங்கு அளித்துள்ள விளக்கங்களைக் கொண்டு மூலநூலான "ஜாதக கணிதம்" கொண்டு ஷட்பலக் கணக்கீட்டைப் போட்டு அறிந்து கொள்ளலாம்.

இனி ஷட் பலத்தின் மேலும் சில கணக்கீடுகளைப் பற்றியும் அறிந்து கொள்ளலாம். சட்பலக் கணக்கீடு என்பது, 1. ஸ்தான பலம், 2. திருக்பலம் (பார்வை), 3. திக்பலம், 4. சேஷ்டாபலம், 5. நைசர்க்கிக பலம், 6. கால பலம் ஆகிய ஆறும் சேர்ந்ததாகும். சஷ்டி என்பதன் சுருக்கம்தான் "சட்" எனப்படும். சஷ்டி என்றால் 6 ஆகும். 6 விதமான பலத்துடன் மேலும் சுபா, அசுப பலம் மற்றும் கிரகயுத்த பலத்தையும் கூட்டினால் சட் பல அளவு வரும். சட் பலத்தை "ஷட்" என்றும் குறிப்பிடலாம். சட் பலத்தின் அளவு ரூபம் என்ற பெயரில் குறிப்பிடப்படும்.

ஒரு ரூபம் என்பது 100 பங்கு ஆகும். கிரகங்களின் ரூபம் 6½. அதாவது 650 பங்கு வந்தால் சமபலம். அதற்கு மேல் வந்தால் பூரண பலம். 650-க்கு குறைவாக இருந்தால் பலம் குறைவு என அறிந்து கொள்ள வேண்டும். 12 பாவங்களிலும்

எந்த பாவத்திலாவது பல கிரகங்கள் இருக்குமானால் அதில் எந்த கிரகத்தின் சட் பலம் அதிகமாக உள்ளதோ அந்த கிரகத்தின் சுபா, அசுபத் தன்மைதான் அந்த பாவத்துக்கு ஏற்படும்.

குறிப்பிட்ட ஒரு பாவம் எத்தன்மையுடையது என்பதை அறிந்து கொண்டால்தான் அந்த பாவத்தைப் பற்றிய பலன்களை நிர்ணயம் செய்து கூற முடியும்.

எனவே பாவத்தின் தன்மையை அறிய வேண்டியது அவசியமாகும். சட் பலக் கணக்கீடு இல்லாமலே கூட கிரகங்களின் தசவர்க்க நிலைகளைக் கொண்டும், பாவகஸ்புட ரீதியாக பாவ மையத்தின் அளவைக் கொண்டும், பாவத்தை ஆளுமை செய்யும் கிரகம் எது என்பதை என்னுடைய நட்சத்திர துணை அதிபதி பட்டியல்படி அறிந்து அதன்படியும், அஷ்டவர்க்க கணிதத்தின் படியும் பாவத்தின் தன்மை பற்றி ஓரளவு நல்ல முறையில் அறிந்து கொள்ள முடியும்.

பாவபலம் பற்றி அறிந்து கொள்ளவும் கணக்கீடுகள் உள்ளது. இதுவும் சற்று சிரமமான கணக்கீடுதான். பாவபலம் என்பது 4 அம்ஸங்களைக் கொண்டதாகும். 1. பாவாதிபதி பலம், 2. பாவ திருக்பலத்தில் ¼ பங்கு (4ல் 1பங்கு), 3. புத குரு திருக்பலம், 4. பாவாதிக் பலம் என்பனவாகும்.

1. பாவாதி பலம் அல்லது பாவாதிபதி பலம் :

ஒரு பாவம் எந்த ராசியில் உள்ளதோ, அந்த ராசியின் அதிபதி அல்லது ராசிகளின் அதிபதிகள் பாவாதி அல்லது பாவாதிபதிகள் ஆவார்கள். என்னங்க இது ஒரு பாவத்தின் அதிபதியாக ஒரு ராசியின் அதிபதிதானே வருவார். நீங்க என்னமோ ராசிகளின் அதிபதிகள் என்றால் எப்படிங்க குழப்பமா இருக்குதே என்ற கேள்வி என்னை எட்டிவிட்டது.

இந்த ராசிகளின் அதிபதிகள் என்ற சொற்றொடர் பாவகஸ்புடம் செய்யும் அற்புதம்தான். ராசிக்கட்ட அமைப்பில் ஒரு ராசி 30 பாகை, அதன் அதிபதி ஒருவர்தான். ஆனால் பாவகஸ்புட ரீதியாக ஒரு பாவத்தின் அளவு இரண்டு ராசிகளில், சில அபூர்வமான நிலையில் 3 ராசிகளில் கூட வியாபித்து இருக்கக்கூடும். உதாரணமாக மேஷ ராசியின் பாவ மையம் மேஷத்தில் 29வது பாகையில் இருந்து பாவ விரிவு 33 பாகை அளவு வந்திருக்குமானால் ரிஷபத்தையும் கடந்து மிதுனத்துக் கூட பாவம் வியாபிக்க முடியும். மூன்று ராசிகளின் வியாபகம் அபூர்வமாகவே நிகழும். ஆனால் இரண்டு ராசிகளில் வியாபகம் என்பது சகஜமாக அடிக்கடி ஏற்படும். எனவே ஒரு பாவமானது இரண்டு ராசிகளில் வியாபித்து இரண்டு ராசி அதிபர்களை, ஏற்படுத்திக் கொள்ளும்.

இதையும் சற்று விளக்கமாகக் கூற வேண்டுமானால், ஒரு ஜாதகத்தில் மேஷத்தின் பாவ மையம் 20வது பாகையில் இருக்குமானால் பாவ விரிவு படி மேஷத்தின் 10 பாகையைக் கடந்து ரிஷபத்தின் 5 பாகையையும் ஈர்த்து நிற்கும் சில ஜாதகங் களில் பாவமையமே வேறு பாவத்தில் நிற்பதுமுண்டு. அதாவது 4-ம் பாவமையம் 3-ம் ராசியிலோ, அல்லது 5-ம் ராசியிலோ கூட இருப்பதுண்டு. இதை பாவகஸ்புடத்தில் அறிந்து கொள்ள முடியும். எனவே ஒரு பாவம் என்பது பல சமயங்களில் இரு ராசிகளிலும் வியாபித்து இரண்டு ராசி அதிபதிகளை ஏற்படுத்திக் கொள்ளும் நிலை உண்டு என்பது உண்மையாகும்.

எல்லா சமயங்களிலுமே ஒரு பாவத்துக்கு இரு ராசி அதிபர்கள் ஏற்படுவார்கள் என்று எதிர்பார்க்க முடியாது. பாவ மையத்தைப் பொறுத்துத்தான் இது ஏற்படும். ஒரு பாவத்தின் மையம் அந்த பாவத்தின் ஆரம்பம் அல்லது முடிவில் இருந்தால் நிச்சயமாக அடுத்த பாவத்தில் பாவத்தின் விரிவு ஏற்பட்டு அடுத்த ராசியின் அதிபதியும் சேர வேண்டிய நிலை ஏற்படும். பாவ

மையம் பாவத்தின் மையத்திலேயே இருந்து பாவ விரிவும் பாவத்தின் எல்லையைத் தாண்டாமல் இருந்தால் மட்டுமே ஒரே ராசி அதிபர் வருவார்.

பெரும்பாலும் பாவகஸ்புட அடிப்படையில் பாவ விரிவு முன் ராசி, அல்லது பின் ராசியிலும் அமையக் கூடும் என்பதால் இரண்டு ராசி அதிபதிகளும் அந்த குறிப்பிட்ட பாவத்தின் அதிபதியாகி விடுவார்கள். இரண்டு ராசி அதிபதிகளில் எவருடைய சட்பலம் அதிகமாக உள்ளதோ அவரின் தன்மை தான் அந்த பாவத்துக்கு ஏற்படும். எனவே பாவாதி எனும் பாவாதிபதி பலத்தையும் கணக்கீடு செய்ய வேண்டும்.

பாவாதி திருக்பலம் :

ஏற்கனவே குறிப்பிட்டுள்ள விஷயம்தான் இது. அதாவது கிரகங்கள் அந்தந்த பாவங்களை பார்வையிடும் போது ஏற்படும் பலத்தை அடிப்படையாகக் கொண்டது. அதை திருக்பலம் எனும் திருஷ்டி பலம் என்ற தலைப்பில் கண்டுள்ளோம்.

புத – குரு பாவபலம் :

இதுவும் கிரக திருக்பலத்தின் அடிப்படையிலானதுதான், புதனும், குருவும் ஒவ்வொரு பாவத்தையும் பார்க்கும் அளவைக் கூட்டி கணக்கிடுவதாகும்.

பாவா திக்பலம் :

பாவா திக்பலம் கணிப்பதற்கு முதலில் 12 பாவகஸ்புட மையங்கள் இருக்கும் ராசிகளின் தன்மை பற்றி காண வேண்டும். அதாவது இருகால் ராசி, நாற்கால் ராசி, பல கால் ராசி, ஜல ராசி ஆகியவற்றில் எது என்று அறிந்து கொண்ட பிறகு ஒரு பாவஸ்புடமானது இருக்கும் ராசி,

1. இருகால் ராசியானால் அந்த பாவகஸ்புடத்தைக் கழிக்க வேண்டும் (இருகால் ராசியே 1-வது பாகமாக வந்து

விட்டால் அந்த ஸ்புடத்தை அப்படியே எடுத்துக் கொள்ளலாம்).

2. நாற்கால் ராசியானால் அந்த பாவகஸ்புடத்திலிருந்து 1-ம் பாவகஸ்புடத்தைக் கழிக்க வேண்டும்.

3. பலகால் ராசியினால் அந்த பாவகஸ்புடத்திலிருந்து 7-ம் பாவகஸ்புடத்தைக் கழிக்க வேண்டும்.

4. ஜல ராசியானால் அந்த பாவகஸ்புடத்திலிருந்து 4-வது பாவகஸ்புடத்தைக் கழிக்க வேண்டும்.

கழிக்கப்பட வேண்டிய ஸ்புடத்தை விட கழிக்கும் ஸ்புடம் குறைவாக இருப்பின் அத்துடன் 360 பாகையைக் கூட்டி வரும் தொகையில் இருந்து கழிக்க வேண்டும் என்பது நீங்கள் முன்னமே அறிந்ததுதான். இப்படி கழிக்க வரும் பாகை கலையை வழக்கமாக முழுப்பாகையாக கொள்ள வேண்டும். அதாவது 30 கலைக்கு கீழ் இருந்தால் அதை விட்டு விடலாம், 30-ம் அதற்கு மேலும் இருப்பின் 1 பாகையாக எடுத்துக் கொள்ள வேண்டும். அந்த பாகைக்கு பட்டியல்படி எடுத்துக் கொள்ள அதுவே அந்த பாவத்தின் திக்பலமாகும்.

இருகால், பலகால் ராசி என்பது ராசி அறிமுகம் எனும் பகுதியில் கொடுக்கப்பட்டிருந்தாலும் மூலநூல்களின் படி கணக்கீடு செய்ய வசதியாக சிறு குறிப்பைக் காணலாம்.

மேஷம், சிம்மம், ரிஷபம், தனுசுவின் பின் அரை, மகரத்தின் முன் அரை ஆகியவை நாற்கால் ராசியாகும்.

தனுசு முன் அரை, மிதுனம், துலாம், கும்பம் ஆகியவை இருகால் ராசியாகும்.

விர்ச்சிகம் பலகால் ராசியாகும்.

மகரம் பின் அரை, கடகம், மீனம் ஆகியவை ஜலராசி யாகும். (கடகம் பலகால் ராசி எனக் குறிப்பிடுவதுண்டு. இங்கு ஜலராசியாக எடுத்துக் கொள்ளப்பட்டுள்ளது).

இஷ்ட, கஷ்ட கணிதம் :

இஷ்டம், கஷ்டம் இரண்டுமே கஷ்டமான கணிதம்தான். இதைப் போடுவதற்கும் அதிகமான பொறுமையும் நுணுக்கமும் அவசியம் தேவை. முன்பு குறிப்பிட்ட வர்க்கமூலம் தெரிய வேண்டும். வர்க்கமூலம் கணிக்கும் புத்தகம் தேவை. தற்போது சில கால்குலேட்டர்கள் மூலம் வர்க்க மூல கணிதம் போட முடியும். அதைப் பற்றி சிறு விளக்கம் காணலாம்.

எண் எனப்படுவதற்கும், இலக்கம் என்பதற்கும் உள்ள வேறுபாட்டை முன்னதாக அறிந்து கொள்ள வேண்டும். உதாரணமாக 6 என்பது ஒரு எண் ஆகும். 66 என்பது இலக்கம் ஆகும். ஒன்றுக்கு மேற்பட்ட எண் இணையும்போது அது இலக்கமாகி விடும். எண்ணுக்கு ஆங்கிலத்தில் (NUMBER) என்றும், இலக்கத்துக்கு டிஜிட் (DIGIT) என்றும் பெயர். எண் என்பதும், இலக்கம் என்பதும் வேறு, வேறு. 6 என்பது தனியான எண். 6 உடன் பின்னால் 6 இணையும் போது 66 என்பது டிஜிட் எனும் இலக்கமாகிவிடும். 666 என்பது இலக்கம்தான். 6, 6, 6 என்ற மூன்று எண் இணைந்து 666 என்ற இலக்கத்தை உருவாக்குகின்றது.

6 என்ற எண் ஒரே எண்ணிக்கையால் உருவானது. 666 என்பது மூன்று எண்களால் உருவானது. 6 என்ற எண் ஒரு இலக்கத்தால் உருவானது. 666 என்பது மூன்று இலக்கத்தால் உருவானது. எனவே எண்ணின் மூலம் இலக்கமாகும். இலக்கத்தின் அடிப்படையில்தான் எண் உருவாகின்றது. ஒரு எண்ணை அதே எண்ணால் பெருக்க வரும் தொகைக்கு வர்க்கம்

என்று பெயராகும். உதாரணமாக 5ஐ 5ஆல் பெருக்கினால் வரும் தொகையான 25 வர்க்கம் ஆகும். 25 என்ற எண் இலக்கம் 5 என்ற எண்ணின் வர்க்கமாகும். 5 என்ற எண் 25 என்ற இலக்கத்தின் மூலமாகும். அதாவது எந்த எண்ணை எந்தெந்த எண்ணால் பெருக்க வர்க்கம் வருமோ அந்த எண்தான் மூலமாகும். இது வாசகர்களுக்கு சற்று குழப்பமாக இருக்கலாம். திரும்பத் திரும்ப படித்தால் புரிந்து கொள்ளளலாம்.

இஷ்ட பலம் என்ற சுபபலத்தையும், கஷ்ட பலம் எனும் அசுப பலத்தையும் கணிக்க வேண்டுமாயின் வர்க்க மூலம் அவசியம் தேவை. ஒவ்வொரு கிரகத்துடைய உச்சபலத்தை, அதே கிரகத்தின் சேஷ்டாபலத்தினால் பெருக்க வருகின்ற எண்ணின் மூலம்தான் அந்த கிரகத்தின் இஷ்ட பலமாகும். உதாரணமாக சூரியனுக்கு உச்ச பலம் 13 என்றும், சேஷ்டா பலம் 42 என்றும் இருக்குமானால் 42 X 13 = 546 என்பது வர்க்க எண் ஆகும். இதற்கு மூல எண் கணித்தால் 23 வரும். இந்த 23 என்பதுதான் சூரியனின் இஷ்டபலமாகும். மூல எண் கணிக்கும் போது மீதித் தொகை வரும் அதை விட்டுவிட்டு முழுத் தொகையை மட்டும் கணக்கில் எடுத்துக் கொள்ள வேண்டும்.

கஷ்ட பலம் கணிக்க ஒவ்வொரு கிரகத்தின் உச்ச பலத்தை 100ல் இருந்து கழித்து வருவதை, அதே கிரகத்தினுடைய சேஷ்டா பலத்தை 100ல் இருந்து கழித்து வருகின்ற எண்ணால் பெருக்கினால் வரும் எண்ணின் மூலம்தான் அந்த கிரகத்தின் கஷ்ட பலம் ஆகும். உதாரணமாக முன்பு சூரியனின் உச்ச பலம் 13 என்றும், சேஷ்டா பலம் 42 என்றும் கண்டோம் அல்லவா! 100 - 13 = 87 வரும்; சேஷ்டா பலம் 42ஐ 100ல் இருந்து கழித்தால் வருவது 58; 87 X 58 = 5046 என்ற எண்ணுக்கு மூலம் கணித்தால் வரும் தொகையான 71 என்பதுதான் சூரியனின் கஷ்ட பலமாகும்.

ஆசிரியர் ஐயா மிகவும் கஷ்டமாக இருக்குதுங்க. எதுவுமே புரியலைங்க என்கிற உங்களின் வார்த்தை என் காதில் ஸ்பஷ்டமாக விழுகின்றது. ஆனால் என்ன செய்ய! "ஷட் பலம்" மிகவும் கடினமான கணிதம்தான். கற்றுக் கொண்டேயிருக்க வேண்டும் என்று வைராக்கியத்துடன் செயல்பட்டால் சுலபமாகி விடக்கூடும் அல்லவா! இது அனைத்து வாசகர்களாலும் இயலாது என்பதால்தான் ஆர்வமுள்ளவர்களை மட்டும் கணிதத்தில் ஈடுபடுமாறும், ஆர்வம் குறைவாக உள்ளவர்கள் கணித விளக்கத்தை மட்டும் அறிந்து கொள்ளுமாறும் அறிவுறுத்தினேன்.

இஷ்ட கஷ்ட சட் பலம் :

இஷ்ட சட் பலம் கணிக்க ஒரு கிரகத்துக்கு வந்த சட் பலத்தை அந்த கிரகத்துக்கு வந்த இஷ்ட பலத்தால் பெருக்க வரும் எண்ணில் வலது புறமிருந்து முதல் இரண்டு இலக்கங்களைத் தள்ளி விட மீதம் இருப்பதுதான் இஷ்ட சட்பலமாகும். உதாரணமாக சூரியனின் சட்பலம் 615 என்றும்; இஷ்ட பலம் 23 என்றும் வைத்துக் கொள்வோம்.

615 X 23 = 14145. இதில் வலது புறமாக முதல் இரண்டு இலக்கங்களாகிய 5, 4 என்ற இரண்டையும் தள்ளிவிட மீதம் உள்ள 141 என்பதுதான் சூரியனின் இஷ்ட சட் பலமாகும். இவ்வாறு வலது புறமிருந்து தள்ளி விடும் இரண்டு இலக்கங்களின் எண் 50-க்குள் இருக்குமானால் அதைத் தள்ளி விட வேண்டும். 5-க்கு மேல் 54 என்று உள்ளதால் அதை 1 எண் என்று எடுத்துக் கொண்டு முன்பு வந்த 141 + 1 = 142 என்று முழுமையாக்கிக் கொள்ளலாம்.

கஷ்ட சட் பலம் கணிக்க :

ஒரு கிரகத்தின் சட் பலத்துடன் அதே கிரகத்தின் கஷ்ட பலத்தின் எண்ணால் பெருக்க வரும் எண்ணில் வலது புறமிருந்து

முதல் இரண்டு இலக்கங்களைத் தள்ளி விட வருவதுதான் அக்கிரகத்தின் கஷ்ட சட் பலமாகும். உதாரணமாக சூரியனின் சட்பலம் 615; சூரியனின் கஷ்ட பலம் 71 என்று வைத்துக் கொள்ளலாம்.

கணக்கிட்டால் 615 X 71 = 43365 என்று வரும். இதில் வலது புறமிருந்து முதல் இரண்டு இலக்கமாகிய 65 என்பதை தள்ளி விட வேண்டும். மீதம் உள்ள 433 என்பது சூரியனின் கஷ்ட சட் பலமாகும். வலது புறமிருந்து தள்ளிவிடும் லக்கம் 50-க்கும் மேல் 65 என்று உள்ளதால் அதை 1 எண் என்று எடுத்துக் கொண்டு 433 + 1 = 434 என்று முழுமையாக்கிக் கொள்ள வேண்டும். இது சூரியனின் கஷ்ட பலமாகும்.

இஷ்ட கஷ்ட கிரக திருக் பலம் :

இஷ்ட திருக் பலம் கணிக்க, ஒரு கிரகம் மற்ற கிரகங்களைப் பார்க்கும் அளவுகளை அந்தக்கிரகத்தின் இஷ்ட பலத்தால் பெருக்க வரும் எண்ணில் முன்பு கூறப்பட்டதைப் போலவே வலது புறமிருந்து முதல் இரண்டு இலக்கங்களைத் தள்ளிவிட மீதம் உள்ளது இஷ்ட திருக் பலமாகும்.

உதாரணமாக சூரியன் குருவை 66 பங்கு பார்வையுடனும், செவ்வாயை 7 பங்கு பார்வையுடனும், சனியை 30 பங்கு பார்வையுடனும் பார்ப்பதாக வைத்துக் கொள்வோம். குருவின் இஷ்ட திருக்பலம் காண;

66 X 23 = 1518 என வரும். இதில் வலது புறமுள்ள இரண்டு இலக்கங்களாகிய 18 என்பது 50 என்ற எண்ணை விட குறைவாக இருப்பதால் முழுமையாகத் தள்ளி விட வருவது 15. இதுதான் சூரியன் குருவைப் பார்க்கும் இஷ்ட திருக் பலமாகும்.

அடுத்து செவ்வாயைப் பார்க்கும் இஷ்ட திருக் பலம் காண 7 X 23 = 161 ஆகும். இதில் வலது புறமிருந்து முதல் இரண்டு இலக்கங்களை நீக்கிவிட மீதம் 1 வரும். 61 என்பது 50-ஐ விட அதிகமாக உள்ளதால் 1 + 1 = 2 என்பதுதான் சூரியன் செவ்வாயைப் பார்க்கும் இஷ்ட திருக் பலமாகும். சில சமயம் பெருக்கி வரும் தொகையை இரண்டு இலக்கங்கள் கொண்ட தாக இருக்கலாம். இரண்டையும் தள்ளிவிட 0 தான் கிடைக்கும். இரண்டு இலக்கங்கள் 50-க்கு மேல் அல்லது 50 ஆகவே இருந்தாலும் 1 என்று எடுத்துக் கொள்ளலாம்.

அடுத்து சனியைப் பார்க்கும் இஷ்ட திருக் பலம் காண;

30 X 23 = 690 ஆகும். இதில் வலது புறமிருந்து முதல் இரண்டு இலக்கங்கள் தள்ளிவிட 6 ஆகும். தள்ளும் இலக்கம் 50-க்கு மேல் உள்ளதால் 1 என்று எடுத்துக் கொண்டு, 6 + 1 = 7 என்பது சூரியனின் சனியைப் பார்க்கும் இஷ்டதிருக் பலமாகும்.

கஷ்ட திருக் பலம் :

சூரியனின் கஷ்ட பலம் 71 என்று வைத்துக் கொண்டால், முன்பு போலவே சூரியன் குருவை 66 பங்கு பார்வையுடன் பார்க்கின்றார். எனவே 66 X 71 = 4686. இதில் வலது புறமுள்ள முதல் இரண்டு இலக்கங்களான 86 எனப்து 50-க்கு மேல் உள்ளதால் 1 என்று எடுத்துக் கொண்டு 46 + 1 = 47 என்பது தான் சூரியன் குருவைப் பார்க்கும் கஷ்டதிருக் பலமாகும். இதே போன்று மற்றவைகளையும் கணக்கிட்டுக் கொள்ள வேண்டியது.

இஷ்ட கஷ்ட சப்தவர்க்கஜபலம் :

சப்த வர்க்கஜபலம் பற்றி ஏற்கனவே அறிந்துள்ளீர்கள். அதாவது 1. இராசிச்சக்கர வர்க்கம், 2. நவாம்ச வர்க்கம், 3. திரேக்காண வர்க்கம், 4. ஓரா வர்க்கம், 5. திரிம் சாம்சவர்க்கம்,

6. சப்தாம்சவர்க்கம், 7. துவாத சாம்சவர்க்கம் ஆகிய 7-ம் சப்தவர்க்கஜம் என்று கூறப்படும். இவற்றுக்கு சுப பலம் எனும் இஷ்டபலமும், அசுப பலம் எனும் கஷ்ட பலமும் கணிக்க தனியான கணக்கீடு உள்ளது. சற்று கடினமான கணக்கீடுதான். மூல நூலான "ஜாதக கணிதத்தில்" வழிமுறைகள் உள்ளது.

சுப, அசுப பங்க்தீ கணிதம் :

ஒவ்வொரு கிரகத்துக்கும் கணித்து வந்து மொத்த இஷ்ட சப்த வர்க்கஜ பலத்தை 4ஆல் வகுத்து வருவது சுப பங்க்தீ ஆகும். ஒவ்வொரு கிரகத்துக்கும் கணித்து வந்து மொத்த சப்தவர்க்கஜ கஷ்ட பலத்தை 4ஆல் வகுக்க வருவது அசுப பங்க்தீயாகும்.

சுப, அசுப மத்திய பலம் :

ஒரு கிரகம் எந்த ராசியில் உள்ளதோ அந்த ராசியின் அதிபதியின் மொத்த இஷ்ட சப்த வர்க்ஜ பலத்துடன், அந்த குறிப்பிட்ட கிரகத்தின் மொத்த இஷ்ட சப்தவர்க்கஜ பலத்தால் பெருக்க வந்த தொகையில் வலதுபுறமிருந்து முதல் இரண்டு இலக்கங்களைத் தள்ளி மீதம் உள்ள தொகைதான் அந்த கிரகத்தின் சுப மத்திய பலமாகும். இவ்வாறே மற்ற கிரகத்தின் பலத்தையும் அறிய வேண்டும்.

இதேபோல் மொத்த இஷ்ட சப்த வர்க்கஜ பலத்துடன் கிரகத்தின் மொத்த கஷ்ட சப்த வர்க்கஜ பலத்தால் பெருக்க வந்த தொகையில் வலது புறமிருந்து இரு இலக்கங்களைத் தள்ளி விட வருவது அசுப மத்திய பலமாகும்.

ஸ்பஷ்ட சுப அசுப பலம் :

ஒரு கிரகத்தின் இஷ்ட ஷட் பலத்துடன் அந்த கிரகம் நின்ற ராசி அதிபதியின் இஷ்ட ஷட் பலத்தால் பெருக்க வந்த

தொகையின் மூலத்தை அந்த கிரகத்தின் இராசி வர்க்க சுப மத்திய பலத்தால் பெருக்கி வந்த தொகையில் வலது புறமிருந்து முதல் இரண்டு இலக்கங்களை நீக்கி வரும் தொகை அக்கிரகத்தின் இராசிவர்க்க ஸ்பஷ்ட சுப பலமாகும்.

இதேபோல் கஷ்ட சட்பலத்துடன் அந்த கிரகம் நின்ற ராசி அதிபதியின் கஷ்ட சட் பலத்தால் பெருக்க வருகின்ற தொகையின் மூலத்தை அந்த கிரகத்தின் இராசி வர்க்க அசுபமத்திய பலத்தால் பெருக்க வரும் தொகையில் வலது புறமிருந்து முதல் இரண்டு இலக்கங்களைத் தள்ளிவிட வரும் தொகை அக்கிரகத்தின் ஸ்பஷ்ட அசுப பலமாகும். இதேபோல் மற்ற ஆறு வர்க்கத்தின் பலத்தையும் அறிய வேண்டும்.

கிரக யுத்த பலம் :

இதைப் பற்றி முன்னமே சிறு அளவில் குறிப்பிட்டிருந்தேன். அதை மேலும் சற்று கூடுதலான விளக்கத்துடன் காணலாம். சூரியன், சந்திரன் இருவரைத் தவிர மற்ற ஐந்து கிரகங்களுக்கும் கிரகயுத்தம் உண்டு என்று மூலநூல்களில் குறிப்பிடப்பட்டுள்ளது. செவ்வாய் முதல் சனி வரையில் உள்ள 5 கிரகங்களில் இரண்டு கிரகங்களின் கிரகஸ்புடம் ஒரே பாகையில் இருந்து, இரண்டு கிரகங்களின் "விஷேபம்" (ரேகாம்சம்) ஒரே திசையில் இருந்தால் அவற்றுக்கு கிரகயுத்தம் உண்டு.

இரண்டில் எந்தக் கிரகத்தின் விஷேபம் முன்னால் உள்ளதோ அந்த கிரகம் யுத்தத்தில் ஜெயித்துள்ளது என்பது பொதுவான கருத்தாகும். ஒரு கிரகத்தின் பிம்பத்துக்கும், மற்றொரு கிரகத்தின் பிம்பத்துக்கும் இடையில் உள்ள தூரம் ஒரு பாகைக்குள் இருந்தால்தான் கிரகயுத்தம் உண்டு என்றும், ஒரே பாதசாரத்தின் அளவான 3.20 பாகையில் இருந்தால் கிரக யுத்தம் உண்டென்றும் ஒரு நட்சத்திரம் அளவான 13.20

பாகையில் இருந்தாலே கிரகயுத்தம் உண்டென்றும் மூன்று விதமான அபிப்ராய பேதங்கள் உள்ளது.

மேலும் யுத்தத்தில் வடக்கில் உள்ள அதாவது உத்தர கிராந்தியில் உள்ள கிரகம் ஜெயித்துள்ளதாகவும், தெற்கில் உள்ள கிரகம் தோல்வியடைந்துள்ளதாகவும், சிலர் பிம்பம் பெரிய தாகவும், பிரகாசம் அதிகமாயுள்ள கிரகம் தெற்கு கிராந்தியில் இருந்தாலும் ஜெயிக்கும் என்று கூறுகிறார்கள். ஆனால் அயனபலம் அடிப்படையில் வடக்கில் உள்ள கிரகம் தெற்கில் உள்ள கிரகத்தை விடவும் பலமுள்ளதாக இருப்பதால், தெற்கில் உள்ள கிரகத்தின் பிம்பம் பெரியதாகவும், பிரகாசமாகவும் இருந்தாலும் வடக்கில் உள்ள கிரகமே ஜெயித்துள்ளதாக நடைமுறையில் அனுசரிக்கப்படுகின்றது.

யுத்தபலம் பற்றிய கணக்கீடு செய்ய முதலில் யுத்தத்தில் உள்ள கிரகங்களின் பலம் பற்றி அறிய வேண்டுவது அவசிய மாகும். கிரகத்தின் பலம் என்பது 1.ஸ்தானபலம், 2. காலபலம், 3. திக்பலம், 4. அயனபலம் ஆகிய நான்கையும் கூட்ட வருகின்ற மொத்த பலமாகும். இப்படி கூட்டி வரும் தொகையில் வடக்கில் உள்ள ஜெயிக்கும் கிரகத்தின் பலத்துடன் கூட்ட வேண்டும். தெற்கில் உள்ள கிரகத்தின் பலத்துடன் கழிக்க வேண்டும்.

கிரகங்களின் விக்ஷேபம் பற்றி காண இராசி மண்டல மாகிய கிராந்தி மண்டலத்தை விட்டு வடக்கு அல்லது தெற்கில் கிரகங்கள் ஒதுங்கியிருக்கும் தூரத்துக்கு விக்ஷேபம் என்று பெயர். வடக்கே ஒதுங்கியிருந்தால் வடக்கு விக்ஷேபம் என்றும், தெற்கில் ஒதுங்கியிருந்தால் தெற்கு விக்ஷேபம் என்றும் பெயராகும். யுத்த பலக் கணக்கீட்டில் இரண்டு கிரகங்களின் தூரமான விக்ஷேபங்கள் ஒரே திசையில் இருக்க வேண்டும். அதாவது இரு கிரகங்களின் விக்ஷேபங்களும் தெற்கு அல்லது வடக்கில் இருப்பது அவசியமாகும்.

அதாவது இரண்டு கிரகங்களின் விக்ஷேபம் வடக்கு அல்லது தெற்கில் இருக்க வேண்டுமேயன்றி ஒன்று வடக்கு விக்க்ஷேபமாகவும், மற்றொன்று தெற்கு விக்க்ஷேபமாகவும் இருக்கக் கூடாது. விக்க்ஷேபம் கணிக்க வானசாஸ்திர நுணுக்கம் தேவை என்பதுடன் "நாடிகல் அல்மெனக்" அல்லது C.G. ராஜன் அவர்கள் எழுதிய "இராஜ ஜோதிட கணிதம்" என்ற புத்தகம் தேவை. இரண்டுமே தற்போது கிடைப்பதில்லை.

எனவே கிரகயுத்தம் பற்றிய பலத்தை நிர்ணயம் செய்ய தோராயமான முறையையே எடுத்துக் கொள்ளலாம். ஒரே நட்சத்திரத்தின் பாதங்களில் இருந்தால் கிரகங்கள் கிரகயுத்தத்தில் உள்ளது எனலாம். அதிலும் ஒரே பாதத்தில் இருந்தால் கடுமை யான யுத்தமாகும். இவற்றில் எந்தக் கிரகம் பாகை, கலை அடிப் படையில் முன்னால் உள்ளதோ அக்கிரகம் யுத்தத்தில் ஜெயித்துள்ளதாக கொள்ள வேண்டும்.

சூரியன், சந்திரன், ராகு, கேது ஆகிய நான்கு கிரகங்களும் யுத்தத்தில் சேராது. ராகு, கேது, நிழல் கிரகங்கள் என்பதால் கிரக யுத்தம் இல்லை. சூரியன் மற்ற கிரகங்களுடன் இணையும் போது அஸ்தமன தோஷத்தையும், சந்திரன் மற்ற கிரகங்களுடன் இணையும் போது சமாகமத்தையும் ஏற்படுத்தும் என்பதால் சூரியனும், சந்திரனும் மற்ற கிரகங்களுடன் இணைந்துள்ள போதும், கிரகயுத்தத்தில் ஈடுபடாது. மற்ற ஐந்து கிரகங்களும் கிரகயுத்தத்தில் ஈடுபடும்.

அதேபோல் சூரியனுடன் இணையும் கிரகங்களில் சந்திரன் ராகு - கேது தவிர மற்ற 5 கிரகங்களும் ஒரு குறிப்பிட்ட தூரத்தில் வரும் போது அஸ்தமனமாகும். அந்த அளவுகள் முதல் பாகத்திலேயே கொடுக்கப்பட்டுள்ளது. அஸ்தமனமானாலும் அந்த 5 கிரகங்கள் இணைவில் இருந்தால் கிரகயுத்தம் உண்டு. அவற்றுள் பாதசார பாகை, கலை அடிப்படையில் முன்னால்

உள்ள கிரகம் வெற்றி பெற்றதாக தோராயக் கணக்கில் எடுத்துக் கொள்ளலாம். அஸ்தமனத்தில் உள்ள போது அஸ்தமனமான கிரகங்களின் பலத்தை சூரியனே எடுத்து செயல்படுவார்.

கிரகயுத்தத்தில் ஈடுபடும் செவ்வாய், புதன், குரு, சுக்கிரன், சனி ஆகிய 5 கிரகங்களும் வக்கிரகதியும் பெறுவதுண்டு என்பது நீங்கள் அறிந்ததே. வக்கிர கதியில் உள்ள கிரகம் குறிப்பிட்ட பாகை தூரத்தில் சூரியனுடன் இணையும்போது அஸ்தமனமும் அடைவதால் அதற்கு வக்கிராஸ்தமன நிலை என்று பெயர். வக்கிராஸ்தமன நிலையில் உள்ள கிரகத்தின் பலம் தெளிவில்லாமல் இருப்பதால் பலன்களை நிர்ணயம் செய்வது கடினம். முன்பின் முரணாகச் செயல்படும். வக்கிராஸ்தமனத்தில் உள்ள கிரகம் ஆட்சி, உச்சம், மூலத்திரிகோணத்தில் இருந்தாலும் அதன் பலத்தை உறுதி செய்ய முடியாது. அனுபவ ரீதியாகத் தான் அவற்றின் பலாபலன்களை அறிய முடியும். அனுபவம் அதிகமாக அதிகமாக யூகம் செய்யும் திறன் அதிகமாகும்.

இதுவரையிலும் சட்பலக் கணக்கீட்டின் அடிப்படைகளைப் பற்றி சற்று விளக்கமாக அறிந்து கொண்டீர்கள். முன்பே குறிப்பிட்டபடி ஆர்வமான வாசகர்கள் அதிகம் இல்லாத காரணத்தால் கணக்கீடு செய்யும் முறை பற்றி கொடுக்கவில்லை. எனினும் ஆர்வமான வாசகர்கள், பொறுமையும் நேரமும் இருப்பின், இங்கு கொடுக்கப்பட்டுள்ள விளக்கங்களின் அடிப் படையில் "ஜாதக கணிதம்" எனும் மூலநூல் கொண்டு கணிதம் செய்து பார்த்து அறிந்து கொள்ளலாம். ஆர்வமில்லாத வாசகர்கள் "ஷட் பலம்" என்றால் என்ன என்ற அடிப்படையை அறிந்து கொண்டுள்ளோம் என்ற அளவில் திருப்தியடையலாம்.

தமிழ்நாட்டில் மட்டுமல்லாமல் இந்தியா முழுவதிலும் கூட "ஷட்பலம்" பற்றிய அடிப்படைகளைக் கூட அறிந்தவர்கள் தொகை மிகவும் குறைவே. இந்த அவசர யுகத்தில் இம்மாதிரி

யான கஷ்டமான கணிதத்தை போடுவது என்பது சிரமமான காரியம்தான் என்பதை ஒப்புக் கொண்டே ஆக வேண்டும். மேலும் சட் பலம் அடிப்படையில் பலன்கள் நிர்ணயம் செய்வதும் கடினம்தான். பெருமளவில் அனுபவ ஞானம் தேவைப் படுகின்றது.

தற்போது நவீன கம்ப்யூட்டர்கள் ஷட்பலக் கணக்கீட்டையும் அளிப்பதால், கணிதத்திற்கு செலவிடும் நேரம் தேவையற்றதாகி, உரிய சன்மானம் கிடைக்காது என்ற நிலை தெளிவாகின்றது. மேலும் ஷட்பலம் அடிப்படையில் பலன்களை நிர்ணயம் செய்ய சரியான எளிமையான முறை மூலநூல்களில் இல்லை என்பதால் அனுபவ அறிவின் மூலம்தான் பலன்களை நிர்ணயம் செய்ய முடியும். சில நூல்களில் கொடுக்கப்பட்டுள்ள வழிமுறைகள் போதுமானதாக இல்லை. ஆரம்ப கால நிலையில் உள்ளவர் களுக்கு கண்ணைக் கட்டி காட்டில் விட்டது போன்ற நிலைதான்.

எனினும் அதைப் பற்றிய அடிப்படை விவரங்களை மட்டுமாவது வாசகர்கள் அறிந்து கொள்ள வேண்டும் என்பதற்காகவே இங்கு விளக்கம் அளித்துள்ளேன். இதே போன்றுதான் ஆயுர்தாய கணக்கீடும். அதைப்பற்றியும் சில விளக்கங்களை கொடுக்கின்றேன். ஆயுள் பற்றி தோராயமாக அறியும் முறை பற்றி முதல் இரண்டு பாகங்களில் கொடுக்கப் பட்டுள்ளது. எனவே ஆயுர்தாய கணக்கீடு பற்றி சில விளக்கங்கள்.

2. ஆயுர்தாய கணிதம் (அ) ஆயுள் நிர்ணயகணிதம்

இதுவும் சற்று கடினமான கணக்கீடுதான். ஆயுள் கணிதம் என்பது கிரகங்களின் ஷட்பலக் கணக்கீட்டான அடிப்படையில் தான் கணிதம் செய்ய வேண்டும். சிலர் ஷட் பலக் கணக்கீடு இல்லாமல் தங்களுக்குத் தெரிந்த வழியில் செய்வதுடன், மற்றவர்களுக்கு எதையோ சொல்கின்றார்கள். எனவே இதில் பலவிதமான அபிப்பிராயங்களும், வழிகளும் உள்ளதால் பல சந்தேகங்கள் ஏற்படுகின்றது.

மூல் நூல்களிலும் மாறுபாடான கருத்துக்கள் உள்ளது. வராக மிகிரரின் பிருகத் ஜாதகம் எனும் மூல நூல்களில் உள்ள ஆயுள் நிர்ணய அத்தியாயம் மிகவும் கடினமாக உள்ளதால் அதைப் பயன்படுத்துபவரின் தொகை மிக மிக குறைவுதான். மேலும் பராசரர் தன்னுடைய பராசர ஓரையில் 32 விதமான வழிகள் பற்றி குறிப்பிடுகின்றார். எனவே குழப்பம் ஏற்படுவது இயற்கைதான். ஆனால் லக்னத்துடன் 7 கிரகங்களும் சேர்ந்து 8 அம்ஸங்களைப் பயன்படுத்தி 8 விதமான ஆயுள் கணிதம் செய்யும் வழிகளை மேற்கொள்கின்றார்கள்.

1. சூரியன் வலிமையாக இருந்தால் பிண்டஜ ஆயுர்தாயம் (அ) பிண்டாயுர்தாயமும்.

2. சந்திரன் வலிமையாக உள்ள போது நைசர்கிக ஆயுர் தாயமும்.

3. செவ்வாய் வலிமையாக உள்ள போது பிண்டாஷ்டக வர்க்கஜ ஆயுர்தாயமும்.

4. புதன் வலிமையாக உள்ளபோது ரசிமஜ ஆயுர்தாயமும். (கிரண ஆயுர்தாயம் என்றும் கூறுவதுண்டு).

5. குரு வலிமையாக உள்ள போது நட்சத்திர ஆயுர்தாயமும்.

6. சுக்கிரன் வலிமையாக உள்ள போது காலச்சக்கர ஆயுர் தாயமும்.

7. சனி வலிமையாக உள்ள போது சமுதாய ஆயுர்தாயமும்.

8. லக்கினம் வலிமையாக உள்ள போது அம்ஸஜ ஆயுர் தாயம் (அ) அம்சாயுர்தாயமும் பிடிக்க வேண்டும்.

லக்கினம் அல்லது லக்கினாபதி வலிமையாக இருந்து சுபரால் பார்க்கப்படும் போது, அம்சாயுர்தாய வழியை உபயோகப் படுத்த வேண்டும். லக்ன வலிமை என்பதை லக்கின அதிபதி மற்ற கிரகங்களை விடவும் வலிவுடன் இருத்தல் என்று சிலரும்; லக்கினபாவம் மற்ற கிரகங்களை விட வலிமையாக இருக்க வேண்டும் என்று சிலரும் குறிப்பிடுகின்றார்கள். ஆனால் லக்கின பாவம் என்பதே லக்கின அதிபதியைப் பொறுத்தே அமையும் என்பதால் லக்கின அதிபதியைக் கொண்டே லக்கின வலுவை அறிய வேண்டும் என்று கணித மேதை C.G. ராஜன் அவர்கள் தெளிவாகக் குறிப்பிடுகின்றார்.

அம்சாயுர்தாய வழியை எப்போதும் உபயோகப்படுத்த வேண்டும் என்று சிலரும், அம்ஸாயுர்தாயம், பிண்டாயுர்தாயம் இரண்டையும் ஏக காலத்தில் செய்ய வேண்டும் என்று சிலரும், இன்னும் சிலர் பிண்டாயுர்தாயம், அம்ஸாயுர்தாயம் மற்றும் நைசர்க்கிக ஆயுர்தாயம் ஆகிய மூன்று வழிகளையும் செய்து ஒன்றாகக் கூட்டி மூன்றில் வகுத்து வருவதைத்தான் மேற்கொள்ள வேண்டும் என்று கூறுவதால் இந்த ஆயுர்தாய கணித வழி முறைகளில் கருத்து வேறுபாடு உள்ளது.

எனவே கருத்து வேறுபாடுகள் அதிகம் உள்ள கணக்கீட்டை எது சிறப்பானது என்று அறிந்து அதையும், பல கடினமான வழிகளை மேற்கொண்டு செய்து பலன் கூறினால் அந்த சிரமத்துக்கு உரிய பயனான சன்மானம் கிடைக்காதே என்ற ஐயப்பாட்டினால்தான் இன்றைய வேகமான நடை முறையில் இந்த கணிதங்களை அநேகமாக எவரும் செய்வதே இல்லை. எனினும் எங்கோ ஒரு சிலர் அதுவும் விரல் விட்டு எண்ணிவிடக் கூடிய அளவில் இந்தக் கணிதத்தை செய்து ஆயுள் பற்றி கொடுப்பதை கண்டுள்ளேன்.

எனினும் அது நடைமுறையில் சரியாக, தவறாமல் வருகின்றது என்று உறுதி கூற முடியாத நிலையே உள்ளது. கணக்கீட்டில் எங்கேனும் சிறு தவறு நேர்ந்தாலும் கணக்கீடு தப்பிதமாகி தலைகீழாக விடக்கூடும். பலன்கள் சரியாக நடைபெறாது. ஆயுள் நிலை தலைகீழாக மாறிவிடும் என்பதை மறுக்க முடியாது. பொதுவாகவே அதிக கணிதங்கள் எங்காவது ஓரிடத்தில் தவறாகி நம் கடுமையான முயற்சியை கெடுத்து விடவும் கூடும். எவ்வளவுதான் கவனமாகச் செய்தாலும் தவறி விடும் வாய்ப்பை மறுக்க முடியாது.

மேலும் ஆயுர்தாயம் பற்றி வராக மிகிரரே தன்னுடைய பிருகத் ஜாதகத்தில் கூறியுள்ளதாவது, நல்ல வழிகளில் ஈடுபட்டு தேகத்துக்கு ஆரோக்கியம் அளிக்கும் படியான உணவை சாப்பிட்டு, நியதி தவறாக பூஜை, புனஸ்காரங்களுடன், இந்திரியங் களைக் கட்டுப்படுத்தும் சக்தியுடையவர்களாக இருப்பதுடன் குல ஆசாரங்களைத் தவறாமல் கடைபிடிப்பவர்களுக்கு மட்டும்தான் ஆயுர்தாயக் கணிதம் செய்ய வேண்டுமென்றும்.

பாவத் தொழிலில் ஈடுபட்டு பேராசை கொண்டு பிறர் சொத்தை அபகரிக்கும் எண்ணம் கொண்ட, குலாசாரங்களை சரியாக கடைப்பிடிக்காத துன்மார்க்கச் செயல்கள் செய்வோர்

துர்மரணம் எனும் அகால மரணமடையக் கூடும் என்பதால் அவர்களுக்கு ஆயுர்தாயம் செய்யக் கூடாது. அது தவறிப் போகும் என்று குறிப்பிட்டுள்ளார். இந்த நவீன யுகத்தில் வராக மிகிரர் குறிப்பிடுவதைப் போல ஆசாரமான உத்தமசீலர்கள் எத்தனை பேர் தேறுவார்கள்.

எனவே வாசகர்கள் ஆயுர்தாய கணிதத்தின் அடிப் படையை மட்டும் அறிந்து கொண்டால் போதுமானது. மேலும் கணிதம் செய்து பார்க்க அவகாசமும், பொறுமையும் உள்ள வாசகர்கள் C.G. ராஜனின் "ஜாதக கணித" மூலநூல் கொண்டு செய்து பார்த்து அறிந்து கொள்ளலாம். எனினும் இக்கணிதம் இப்போதைய நடைமுறையில் சரியாக வரும் என்று உறுதி கூறுவதற்கில்லை.

மேலும் ஆயுள் என்பது மூச்சுக்குட்பட்டது. மூச்சு விடுவதன் அடிப்படையில்தான் ஆயுள் அமைந்துள்ளது. மூச்சுக்கள் அதிகம் விட்டு செலவழித்தால் ஆயுள் குறையும் என்று யோக நூல்களில் கூறப்பட்டுள்ளதுடன், மூச்சுக் கட்டுப்பாடு மேற்கொண்டால் ஆயுளும் கூடும் என்றும் அதற்கு யோகம் தியானம் போன்ற வழிமுறைகளையும் யோகிகள், ஞானிகள், சித்தர்கள் அளித்துள்ளார்கள். எனவே ஆயுர்தாயக் கணிதம் செய்து ஆயுளை அறிவதை விடவும் எளிமையான வேறு வழிகள் மூலம் ஆயுளை அறிந்து கொள்ள முடியும். அதனை இந்த நூலிலேயே பாவரீதியாக எவ்வாறு ஜாதகம் பார்ப்பது என்ற அத்தியாயத்தில் விளக்கப்பட்டுள்ளது. அதை வாசகர்கள் கடைபிடித்தால் போதுமானது.

எனினும் வாசகர்கள் ஆயுர்தாய கணிதம் என்றால், என்னவென்று அறிந்து கொள்ள வேண்டுமென்பதற்காகத்தான் இங்கு சிறு அளவில் விளக்கம் அளித்துள்ளேன். முன்பு கூறப் பட்ட பிண்டாயுர்தாயம், அம்சாயுர்தாயம், நைசர்க்கிக ஆயுர்

தாயம் கணிக்கும் போது 1. சத்துரு க்ஷேத்திர அரணம், 2. அஸ்தங்கத் அரணம், 3. சுக்கிரபாத அரணம், 4. குருரோதய அரணம் ஆகியவற்றைச் செய்ய வேண்டும். இது சற்று குழப்பமானது என்றாலும் சிறு விளக்கம் அளிக்கப்பட்டுள்ளது.

1. சத்துரு க்ஷேத்திர அரணம் :

ஒரு கிரகம் சத்துரு எனும் பகைவர் வீட்டில் இருந்தால் அந்த கிரகத்துக்கு கணித்து வந்த ஆயுளில் மூன்றில் ஒரு பங்கை கழித்துவிட வேண்டும். அந்தக் கிரகம் வக்கிரகதியில் இருக்கு மானால் அதற்கு சத்துரு க்ஷேத்திர அரணம் செய்யத் தேவையில்லை. சிலர் சத்துரு க்ஷேத்திரத்தில் (வீட்டில் (அ) இடத்தில்) வக்கிர கதியில் இருக்கும் கிரகம் செவ்வாயானால் மட்டும் சத்துரு க்ஷேத்திர அரணம் செய்யத் தேவையில்லை.

மற்ற கிரகங்கள் வக்கிரகதியில் இருந்தால் மட்டும் செய்ய வேண்டும் என்று அபிப்பிராயப்படுகின்றார்கள். ஆனால் இது நடைமுறையில் அங்கீகரிக்கப்படவில்லை. பகை வீட்டில் இருக்கும் கிரகங்கள் வக்கிரகதியில் இருந்தால் சத்துருக்ஷேத்திர அரணம் செய்ய வேண்டிய அவசியம் இல்லை என்பதே சரியானதாகும் என்று C.G. ராஜன் அவர்கள் குறிப்பிடுகின்றார்.

2. அஸ்தங்கத அரணம்:

சூரியனுடன் அஸ்தங்கதம் அல்லது அஸ்தமன தோஷத்தில் இருக்கும் கிரகத்துக்கு கணித்து வந்த ஆயுளில் பாதியைக் கழித்து விட வேண்டும். சுக்கிரனுக்கும், சனிக்கும் மட்டும் இந்த அரணம் செய்ய வேண்டியதில்லை. மேலும் ஒரே கிரகத்துக்கு சத்துரு க்ஷேத்திர அரணமும் அஸ்தங்கத அரணமும் சேர்ந்து செய்ய வேண்டி வந்தால், அஸ்தங்கத அரணம் மட்டும் செய்தால் போது மானது. சத்துரு க்ஷேத்திர அரணம் செய்யத் தேவையில்லை.

சுக்கிரபாத அரணம் :

ஒரு பாபக் கிரகத்துக்கு கணித்து வந்த ஆயுளில் அந்த கிரகம் 12வது பாவத்தில் இருந்தால் மட்டும் முழுவதையும் கழித்து விட வேண்டும். 10வது பாவத்தில் இருந்தால் 3-ல் 1 பங்கு கழிக்க வேண்டும். 9வது பாவத்தில் இருந்தால் 4-ல் 1 பங்கும்; 8வது பாவத்தில் இருந்தால் 5-ல் 1 பங்கும்; 7வது பாவத்தில் இருந்தால் 6-ல் 1 பங்கும் கழித்து விட வேண்டும். பாபக்கிரகம் என்பது சூரியன், செவ்வாய், சனி ஆகிய மூன்றும் ஆகும்.

அடுத்து ஒரு சுபக்கிரகத்துக்கு கணித்து வந்த ஆயுளில்,

12வது பாவத்தில் இருந்தால் இரண்டில் ஒரு பங்கையும்,

11வது பாவத்தில் இருந்தால் நான்கில் ஒரு பங்கையும்,

10வது பாவத்தில் இருந்தால் ஆறில் ஒரு பங்கையும்,

9வது பாவத்தில் இருந்தால் எட்டில் ஒரு பங்கையும்,

8வது பாவத்தில் இருந்தால் பத்தில் ஒரு பங்கையும்,

7வது பாவத்தில் இருந்தால் 12-ல் ஒரு பங்கையும்

கழித்துவிட வேண்டும். இங்கு சுபக் கிரகங்கள் என்பது சந்திரன் - புதன் - குரு - சுக்கிரன் ஆகிய நான்குமாகும். இந்த சுக்கிரபாத அரணத்தை பாவகச் சக்கரத்தைக் கொண்டுதான் செய்ய வேண்டும். ராசிச் சக்கரத்தைக் கொண்டு செய்யக் கூடாது.

மேலும் ஒரு பாவத்தில் ஒன்றுக்கு மேற்பட்ட கிரகங்கள் இருந்தால் அந்த கிரகங்களில் மிகவும் வலிமையுடன் உள்ள கிரகத்துக்கு மட்டும் சுக்கிரபாத அரணம் செய்தால் போதுமானது. கிரக வலிமையைச் சட் பலம் அடிப்படையில் அறிதல் வேண்டும். இது வரையிலும் கூறப்பட்ட சத்துரு க்ஷேத்திர அரணம்,

அஸ்தங்கத அரணம், சுக்கிரபாத அரணம் ஆகிய மூன்று அரணங்களும் பிண்டாயுர்தாயம், அம்சாயுர்தாயம், நைசர்க்கிக ஆயுர்தாயம் ஆகிய மூன்றுக்கும் பொதுவானதாகும்.

குருரோதய அரணம் :

குருரோதய அரணம் என்பதை பிண்டாயுர்தாயம், நைசர்க்கிக ஆயுர்த்தாயம் ஆகிய இரண்டுக்கும் மட்டுமே செய்ய வேண்டும். அம்சாயுர் தாயத்துக்கு செய்ய வேண்டியதில்லை. மேலும் லக்னத்தில் பாபக்கிரகம் இருந்தால் மட்டுமே குருரோதய அரணம் செய்ய வேண்டும். சுபக்கிரகங்கள் இருந்தால் செய்ய வேண்டிய அவசியமில்லை. லக்னத்தில் சுபக்கிரகங்கள், பாபக் கிரகங்கள் இணைந்திருந்தால் லக்கினத்துக்கு அருகாமையில் பாபக்கிரகம் இருந்தால் மட்டுமே செய்ய வேண்டும். லக்னத்துக்கு அருகில் சுபக்கிரகம் இருந்து பாபக்கிரகம் லக்கினஸ்புடத்துக்கு தூரமாக இருந்தால் இந்த அரணம் தேவையில்லை. லக்ன ஸ்புடத்தின் அளவைக் கொண்டு மற்ற கிரகங்களின் ஸ்புடத்தின் அளவை வைத்து அருகாமை, தூரம் என்பதை அறிந்து கொள்ளலாம்.

இந்த ஆயுர்தாயக் கணக்கீடு சட் பலக் கணக்கீட்டின் அடிப் படையில் செய்ய வேண்டியது என்று முன்பே குறிப்பிட்டு உள்ளேன். சட் பலக் கணக்கீடு இல்லாமல் செய்யப்படும் வேறு முறை ஆயுர்தாய கணிதம் சரியானது என்று கூறமுடியாது. எனவே ஆயுர்தாயக் கணக்கீடுகள் செய்ய சட்பலம் அவசியம் என்பதை C.G. ராஜன் அவர்கள் வலியுறுத்துகின்றனர். சட் பலக் கணக்கீடே சிரமமானது, அதைக் கொண்டு செய்யப்படும் ஆயுர்தாயக் கணக்கீடும் சிரமமானதுதான். எனவே ஆர்வமுள்ள வாசகர்கள் மட்டும் இம்முயற்சியில் இறங்கலாம். மற்ற வாசகர்கள் இவற்றைப் பற்றிய அடிப்படையை மட்டும் அறிந்து கொண்டோம் என்ற நிலையில் அடுத்த விஷயத்திற்குச் செல்லலாம்.

3. பிராணஸ்புடம்; தேகஸ்புடம்; மிருத்யு ஸ்புடம்:

பிராணஸ்புடம்; தேகஸ்புடம்; மிருத்யு ஸ்புடம் என்ற மூன்று உள்ளது. இதனால் பெரிய பயன் எதுவுமில்லை என்றாலும் பிராண ஸ்புடத்தையும், தேகஸ்புடத்தையும் கூட்டி வருகின்ற மொத்த தொகை, மிருத்யு ஸ்புடத்தை விடவும் அதிகமாக இருக்குமானால் நீண்ட ஆயுள் உண்டு என்று மூல நூல்களில் குறிப்பாக "ஜாதக பாரி ஜாதம்" என்ற மூல நூலில் குறிப்பிட்டுள்ளது.

பிராணஸ்புடம் :

ஜனன லக்ன ஸ்புடத்தை 5ஆல் பெருக்கி வருகின்ற பாகை கலையுடன் குளிகனின் ஸ்புடத்தைக் கூட்ட வருவது பிராணஸ்புடமாகும். வழக்கம் போல் 360 பாகைக்கு மேல் வந்தால் 360 பாகையைக் கழித்துக் கணக்கிட வேண்டும்.

தேகஸ்புடம் :

ஜனன கால சந்திரனின் ஸ்புடத்தை 8ஆல் பெருக்கி வரும் பாகை கலையுடன், குளிகனின் ஸ்புடத்தைக் கூட்ட வருகின்ற தொகை தேகஸ்புடமாகும். வழக்கம் போல் இதுவும் 360-க்கு மேல் இருப்பின் 360 பாகையைக் கழித்துக் கணக்கிட வேண்டும். சமயத்தில் 3, நான்கு ராசிச் சுற்று கூட அதிகமாக இருப்பதுண்டு. அத்தனை ராசிச் சுற்றுக்களையும் கழித்து விட வேண்டும்.

மிருத்யுஸ்புடம் :

ஜனன கால குளிகஸ்புடத்தை 7ஆல் பெருக்க வரும் தொகையுடன் சூரியனின் ஸ்புடத்தைக் கூட்ட வருவது மிருத்யு ஸ்புடமாகும்.

4. காலச்சக்கரதசா :

நடைமுறையில் தற்போது வழக்கத்தில் பயன்படுத்தாமல் விட்டு விட்ட கணிதங்களில் இதுவும் ஒன்றாகும். இந்தக் கணக்கீடும் கடினமானது என்பதால் இதை போடுபவர்கள் தொகையும் வெகு குறைவுதான். எங்கோ ஒரு சிலர் இந்தக் கணக்கீட்டை அதுவும் முழுமையாகச் செய்யாமல் பெயரளவில் காலச் சக்கரம் என்று போகின்றார்கள். சிலர் ராசிக் கட்டத்தை வடநாட்டு முறையில் போட்டு மேஷம் முதல் மீனம் வரை 7 கிரகங்களும் கொடுக்கும் தசா அளவை அப்படியே எழுதி விட்டு இதுதான் காலச்சக்கரம் என்று குறிப்பிடுகின்றார்கள்.

இம்மாதிரியானவற்றையும் நான் பார்த்து சிரித்துக் கொண்டுள்ளேன். காரணம் நமக்கு ஒரு விஷயம் தெரியாது எனும் போது அதை விட்டு விட வேண்டுமேயன்றி, எனக்கும் தெரியும் என்று அரைகுறையாகப் போட்டுக் காட்டக் கூடாது. நம்மை விடவும் விஷய ஞானம் உள்ளவர்கள் அதைப் பார்க்கும் போது இப்படி அரைகுறையாக செய்யப்பட்டுள்ளதே என்று எள்ளி நகையாடி விடுவார்கள். ஆனால் இதைப் பற்றியெல்லாம் கவலையோ, அக்கரையோ கொள்ளாத சிலர் இம்மாதிரி அரைகுறையான வேலையைச் செய்து கொடுத்து நானும் செய்துள்ளேன் பேர்வழி என்று தன் அரைகுறை வித்தையை பறைசாற்றிக் கொள்வதில் என்ன பெருமை கிடைக்கும் என்பது புரிவதில்லை. தவறான கணக்கீடுகளை விடவும் இம்மாதிரியான அரைகுறை கணக்கீடுகள் ஆபத்தானது.

முறையாக நம்மால் செய்து கொடுக்க முடியும் என்றால் அதில் இறங்கி முழுமையாகச் செய்து தர வேண்டும். இம்மாதிரி அரைகுறையாக நம் வாசகர்கள் செய்து கொடுத்து ஞானம் பெறக் கூடாது என்பதை சுட்டிக் காட்டுகின்றேன். தற்போதைய நடைமுறைக்கு ஏற்புடையதாகவும், போதுமானது என்ற

அளவில் எதையெதைச் செய்ய வேண்டுமோ அதைப் பற்றி இந்த நூலில் குறிப்பிட்டுள்ளேன். அதை மட்டும் வாசகர்கள் மேற் கொண்டால் போதுமானது. காலச் சக்கரம் பற்றியும் அடிப்படை விஷயங்களை அறிந்து கொள்ளவே இங்கு விளக்கப்பட்டுள்ளது.

இந்தக் கணக்கீட்டினால் ஆயுள் பற்றி நிர்ணயம் செய்வதுடன், உடுமகாதிசை அமைப்பில் புத்தி பிரித்து பலன்கள் கூறுவது போலவே இந்தக் கணக்கீட்டின் மூலம் தசா, மற்றும் புத்தி பிரித்து பலன்கள் கூறுவதுண்டு. எனினும் உடுமகாதிசா போன்று பலன்களை உறுதியாக அறுதியிட்டுக் கூறமுடிவதில்லை என்பது இதில் உள்ள குறைபாடாகும். அதற்கு காரணம் இந்தக் கணக்கீட்டின்படி கணிதம் செய்து பலன் கூறும் வழிமுறைகளில் அநேக வழிகள் வழக்குக்கு வராமல் மறைந்துவிட்டது. தற்போதுள்ளது மிகக் குறைவேயாகும்.

இதேபோன்றுதான் பராசரர் வழிமுறை தவிர வேறு முறைகளாவன, ஜெயமுனி, தாஜிக் முறை, பரச்ன மார்க்கம், சத்யாச்சரியம் ஆகியவைகளும் வழக்கில் எடுத்துக் கொள்வது குறைந்ததால் அம்முறையில் அநேக நல்ல வழிகள் கிடைக்காமல் போய்விட்டது. ஜெயமுனி சூத்திரம் பற்றிய புத்தகம் இருந்தாலும் அதன் மூலம் தவறாத வழிமுறையைக் கடைபிடிக்க முடிய வில்லை. இந்த நூலில் அவைகளைப் பற்றியும் சில விளக்கங்கள் அளிக்கப்பட்டுள்ளது.

காலச்சக்கர தசா கணக்கீட்டினால் பெரும் பலன்கள் கிடைப்பதற்கில்லை என்றாலும் நம் வாசகர்கள் இதைப் பற்றியும் அறிந்து கொள்ள வேண்டும் என்பதற்காக விளக்கப்பட்டுள்ளது. ஆர்வமும், பொறுமையும் உள்ள வாசகர்கள் "ஷட்பலக் கணக்கீடு" போலவே விரும்பினால் இக்கணக்கீட்டையும் செய்து பழகிக் கொள்ளலாம். ஆனால் இக்கணக்கீட்டைப் போட்டுக்

கொடுத்தால் உரிய சன்மானம் கிடைக்கும் என்று கூறுவதற்கு இல்லை. எனினும் ஒரு கணிதம் போட அறிந்து கொண்டோம் என்ற திருப்தி நிச்சயம் கிடைக்கும்.

காலச்சக்கரதசா என்றால் நட்சத்திர ராசி மண்டலம் என்று பொருள் கொள்ளலாம். காலச் சக்கரதசா முழுமையாக நட்சத்திரங்களின் அடிப்படையில் கணக்கிடப்படுவதுதான் உடுமகாதசாவும் நட்சத்திரத்தின் அடிப்படையில் கணக்கிடப் படுவதுதான் என்றாலும் இரண்டுக்கும் வேறுபாடு உள்ளது. உடுமகாதசா கணக்கீட்டில் சந்திரன் நின்ற நட்சத்திரத்தில் ஜனன கால நாழிகைக்கு ஏற்ப குறிப்பிட்ட நட்சத்திர அதிபதியின் தசா காலத்ததில் கெர்ப்ப செல் நீக்கி இருப்பை அறிந்து அது முதல் அடுத்த தசா கணக்கீட்டை வரிசைக் கிரகமாக எடுத்துக் கொண்டு பலன்கள் காணுவோம். இக்கணக்கீடு பராசரர் வழிமுறை எனப்படும்.

காலச் சக்கரதசா என்பது ஜனன கால நட்சத்திரத்தை 4 பாதகமாக்கி, ஜனனம் எத்தனையாவது பாதத்தில் நிகழ்ந் துள்ளதோ, அந்த பாதத்தில் செல்லான நாழிகை நீக்கி மீதம் உள்ள நாழிகைக்குரிய கணக்கீட்டை அந்த நட்சத்திரத்தின் பாதம் இடம் பெறும் கிரகத்தின் தசா காலத்தைக் கொண்டு கணித்து மீதம் உள்ள தசா கால இருப்பில் வரிசைப்படி புத்தி பிரித்து பலன் காணுவது காலச்சக்கர தசாவாகும். சற்று கடினமான கணக்குதான்; முயன்றால் முடியாதது எதுவுமில்லை.

காலச் சக்கரதசாவின் கணக்கீடு செய்ய 27 நட்சத்திரங் களும் இரு பிரிவாகப் பிரிக்கப்பட்டுள்ளது. ஒன்று வலவோட்டு நட்சத்திரங்கள் அல்லது சவ்விய நட்சத்திரங்கள் என்றும், மற்றொரு பிரிவு இடவோட்டு நட்சத்திரங்கள் அல்லது அபசவ்விய நட்சத்திரங்கள் எனப்படும்.

வலவோட்டு நட்சத்திரங்கள் (அ)
சவ்விய நட்சத்திரங்கள்:

1. அஸ்வினி, 2. பரணி, 3. கார்த்திகை, 4. புனர்பூசம், 5. பூசம், 6. ஆயில்யம், 7. அஸ்தம், 8. சித்திரை, 9. சுவாதி, 10. மூலம், 11. பூராடம், 12. உத்திராடம், 13. பூரட்டாதி, 14. உத்திரட்டாதி, 15. ரேவதி ஆகிய 15ம் ஆகும்.

இடவோட்டு நட்சத்திரங்கள் (அ)
அபசவ்விய நட்சத்திரங்கள்:

1. ரோகினி, 2. மிருகசீரிஷம், 3. திருவாதிரை, 4. மகம், 5. பூரம், 6. உத்திரம், 7. விசாகம், 8. அனுஷம், 9. கேட்டை, 10. திருஓணம், 11. அவிட்டம், 12. சதயம் ஆகிய 12ம் ஆகும்.

இந்த வலவோட்டு இடவோட்டு நட்சத்திரங்கள் முதல், இடை, கடை என்று மூன்று வகைப்படுத்தப்பட்டுள்ளது.

வலவோட்டு நட்சத்திரங்கள் 1-ல்

முதல் நாட்கள் : அஸ்வினி, புனர்பூசம், அஸ்தம், மூலம், பூரட்டாதி.

இடை நாட்கள் : பரணி, பூசம், சித்திரை, பூராடம், உத்திரட்டாதி.

கடை நாட்கள் : கார்த்திகை, ஆயில்யம், சுவாதி, உத்திராடம், ரேவதி.

இடவோட்டு நட்சத்திரங்கள் 2-ல்

முதல் நாட்கள் : ரோகினி, மகம், விசாகம், திருஓணம்.

இடை நாட்கள் : மிருகசீரிஷம், பூரம், அனுஷம், அவிட்டம்.

கடை நாட்கள் : திருவாதிரை, உத்திரம், கேட்டை, சதயம்.

இந்த அடிப்படையில் காலச்சக்கர திசைகள் 24 வகையாகப் பிரிக்கப்பட்டுள்ளது. வலவோட்டு நட்சத்திர திசைகள் 12. இடவோட்டு நட்சத்திர திசைகள் 12.

வலவோட்டு சவ்விய திசைகள்:

1. மேஷ செவ்வாய் திசை
2. ரிஷப சுக்கிரன் திசை
3. மிதுன புதன் திசை
4. கடக சந்திரன் திசை
5. சிம்ம சூரியன் திசை
6. கன்னி புதன் திசை
7. துலாசுக் கிரன் திசை
8. விர்ச்சிக செவ்வாய் திசை
9. தனுசு குருதிசை
10. மகரசனி திசை
11. கும்பசனி திசை
12. மீன குருதிசை ஆக 12 திசைகளாகும்.

இடவோட்டு (அ) அபசவ்விய திசைகள்:

1. விர்ச்சிக செவ்வாய் திசை
2. துலாசுக்கிரன் திசை
3. கன்னி புதன் திசை
4. சிம்ம சூரியன் திசை
5. கடக சந்திரன் திசை
6. மிதுன புதன் திசை

7. ரிஷப சுக்கிரன் திசை

8. மேஷ செவ்வாய் திசை

9. மீன குரு திசை

10. கும்ப சனி திசை

11. மகர சனி திசை

12. தனுசு குரு திசை

நட்சத்திரங்களும் திசைகளின் தொடர்பும்

ஒவ்வொரு நட்சத்திரமும் நான்கு பாதங்களாகப் பிரிக்கப் பட்டு, முதல் பாதம், 2ம் பாதம், 3ம் பாதம், 4ம் பாதம் என்றுள்ளது நீங்கள் அறிந்ததுதான். 27 X 4 = 108 பாதங்களை அம்ஸம் அல்லது அங்கிஷம் என்று குறிப்பிடப்படும்.

இந்த 108 பாதங்கள்தான் மேலே குறிப்பிட்ட 24 திசை களையும் ஆட்சி செய்கின்றது. இவற்றில் வலவோட்டு நட்சத்திரங்களில் அஸ்வினி, புனர்பூசம், அஸ்தம், மூலம், பூரட்டாதி ஆகிய நட்சத்திரங்களின்,

1ம் பாதம் - மேஷ செவ்வாய் திசை

2ம் பாதம் - ரிஷப சுக்கிரன் திசை

3ம் பாதம் - மிதுன புதன் திசை

4ம் பாதம் - கடக சந்திரன் திசை என்றும்,

பரணி - பூசம் - சித்திரை - பூராடம் - உத்திரட்டாதி ஆகிய நட்சத்திரங்களின்,

1ம் பாதம் - சிம்ம சூரியன் திசை

2ம் பாதம் - கன்னி புதன் திசை

3ம் பாதம் - துலா சுக்கிரன் திசை
4ம் பாதம் - விர்ச்சிக செவ்வாய் திசை என்றும்,

கார்த்திகை - ஆயில்யம் - சுவாதி - உத்திராடம் - ரேவதி ஆகிய நட்சத்திரங்களின்,

1ம் பாதம் - தனுசு குரு திசை
2ம் பாதம் - மகர சனி திசை
3ம் பாதம் - கன்னி புதன் திசை
4ம் பாதம் - சிம்ம சூரியன் திசை என்றும் பிரிக்கப் பட்டுள்ளது.

இடவோட்டு - அபசவ்விய நட்சத்திரங்களான ரோகினி - மகம் - விசாகம் - திருவோணம் ஆகியவற்றின்,

1ம் பாதம் - விர்ச்சிக செவ்வாய் திசை
2ம் பாதம் - துலா சுக்கிரன் திசை
3ம் பாதம் - கன்னி புதன் திசை
4ம் பாதம் - சிம்ம சூரியன் திசை

மிருக - சீரிஷம் - பூரம் - அனுஷம் - அவிட்டம் ஆகியவற்றின்,

1ம் பாதம் - கடக சந்திரன் திசை
2ம் பாதம் - மிதுன புதன் திசை
3ம் பாதம் - ரிஷப சுக்கிரன் திசை
4ம் பாதம் - மேஷ செவ்வாய் திசை என்றும்,

திருவாதிரை - கேட்டை - உத்திரம் - சதயம் ஆகியவற்றின்,

1ம் பாதம் - மீன குரு திசை
2ம் பாதம் - கும்ப சனி திசை

3ம் பாதம் - மகர சனி திசை

4ம் பாதம் - தனுசு குரு திசை என்றும் பிரிக்கப் பட்டுள்ளது.

காலச்சக்கர திசை மொத்தம் 118 வருடங்களாகும். அவை பின் வருமாறு :

1.	மேஷ செவ்வாய் திசை	7	வருடங்கள்
2.	விர்ச்சிக செவ்வாய் திசை	7	வருடங்கள்
3.	ரிஷப சுக்கிரன் திசை	16	வருடங்கள்
4.	துலாம் சுக்கிரன் திசை	16	வருடங்கள்
5.	மிதுன புதன் திசை	9	வருடங்கள்
6.	கன்னி புதன் திசை	9	வருடங்கள்
7.	கடக சந்திரன் திசை	21	வருடங்கள்
8.	சிம்ம சூரியன் திசை	5	வருடங்கள்
9.	தனுசு குரு திசை	10	வருடங்கள்
10.	மீன குரு திசை	10	வருடங்கள்
11.	மகர சனி திசை	4	வருடங்கள்
12.	கும்ப சனி திசை	4	வருடங்கள்
	ஆக மொத்த வருடங்கள்	**118**	ஆகும்.

இப்படி உள்ள இடவோட்டு, வலவோட்டு (12 + 12) 24 திசைகளும் ஒவ்வொரு திசைக்கும் 9 புத்திகளாகப் பிரிக்கப் பட்டுள்ளது. வலவோட்டு மேஷச் செவ்வாய் திசைக்கு அஸ்வினி - புனர்பூசம் - அஸ்தம் - மூலம் - பூரட்டாதி ஆகியவற்றின் 1ம் பாதத்தின் ஒன்பது புத்திகள் மேஷச் செவ்வாய் புத்தி முதல் வலப்புறமாக தனுசு குரு வரை நடக்கும்.

				வ	மா	நாள்	நாழி	விநாடி
1வது	மேஷ	செவ்வாய்	புத்தி	0	5	26	24	0
2வது	ரிஷப	சுக்கிரன்	புத்தி	1	1	13	12	0
3வது	மிதுன	புதன்	புத்தி	0	7	16	48	0
4வது	கடக	சந்திரன்	புத்தி	1	5	19	12	0
5வது	சிம்ம	சூரியன்	புத்தி	0	4	6	0	0
6வது	கன்னி	புதன்	புத்தி	0	7	16	48	0
7வது	துலா	சுக்கிரன்	புத்தி	1	1	13	12	0
8வது	விர்ச்சிக	செவ்வாய்	புத்தி	0	5	26	24	0
9வது	தனுசு	குரு	புத்தி	0	8	12	0	0
				7	0	0	0	0

வலவோட்டு ரிஷப சுக்கிரன் திசைக்கு (அஸ்வினி, புனர் பூசம், அஸ்தம், மூலம், பூரட்டாதி 2ம் பாதம்) ஒன்பது புத்திகள் மீன குரு புத்தி வரை வந்து அதன் பின் திசை மாறி விர்ச்சிக செவ்வாய் புத்தி முதல் நடக்கும்.

				வ	மா	நாள்	நாழி	விநாடி
1வது	மகரச்	சனி	புத்தி	0	9	1	32	0
2வது	கும்பச்	சனி	புத்தி	0	9	1	32	0
3வது	மீன	குரு	புத்தி	1	10	17	18	50
திசை மாறி,								
4வது	விர்ச்சிக	செவ்வாய்	புத்தி	1	3	24	21	11
5வது	துலாம்	சுக்கிரன்	புத்தி	3	0	4	14	7
6வது	கன்னி	புதன்	புத்தி	1	8	9	52	56

7வது	கடக	சந்திரன்	புத்தி	3	11	13	3	32
8வது	சிம்மம்	சூரியன்	புத்தி	0	11	8	49	25
9வது	மிதுன	புதன்	புத்தி	1	8	9	52	56
				16	0	0	0	0

வலவோட்டு மிதுன புதன் திசைக்கு (அஸ்வினி, புனர் பூசம், அஸ்தம், மூலம், பூரட்டாதி, 3ம் பாதம்) 9 புத்திகள் விவரம்:

				வ	மா	நாள்	நாழி	விநாடி
1வது	ரிஷப	சுக்கிரன்	புத்தி	2	8	24	34	42
2வது	மேஷ	சுக்கிரன்	புத்தி	0	9	3	15	11
3வது	மீன	குரு	புத்தி	1	1	0	21	0
4வது	கும்பச்	சனி	புத்தி	0	5	6	8	40
5வது	மகரச்	சனி	புத்தி	0	5	6	8	40
6வது	தனுசு	குரு	புத்தி	1	1	0	21	41
7வது	மேஷ	செவ்வாய்	புத்தி	0	9	3	15	11
8வது	ரிஷப	சுக்கிரன்	புத்தி	1	8	24	34	41
9வது	மிதுன	புதன்	புத்தி	0	11	21	19	31
				9	0	0	0	0

வலவோட்டு கடக சந்திரன் திசைக்கு (அஸ்வினி புனர் பூசம், அஸ்தம், மூலம், பூரட்டாதி ஆகியவைகளின் 4ம் பாதங்கள்) 9 புத்திகள் விவரம் :

				வ	மா	நாள்	நாழி	விநாடி
1வது	கடக	சந்திரன்	புத்தி	5	1	16	2	0
2வது	சிம்ம	சூரியன்	புத்தி	1	2	19	32	6

3வது	கன்னி	புதன்	புத்தி 2	2	11	9	46
4வது	துலாம்	சுக்கிரன்	புத்தி 3	10	26	30	42
5வது	விர்ச்சிக	செவ்வாய்	புத்தி 1	8	15	20	56
6வது	தனுசு	குரு	புத்தி 2	5	9	4	1
7வது	மகரச்	சனி	புத்தி 0	11	21	37	40
8வது	கும்பச்	சனி	புத்தி 0	11	21	37	40
9வது	மீன	குரு	புத்தி 2	5	9	4	11
			21	0	0	0	0

வலவோட்டு சிம்ம சூரியன் திசைக்கு (பரணி, பூசம், சித்திரை, பூராடம், உத்திரட்டாதி ஆகிய நட்சத்திரங்களின் 1ம் பாதம்) 9 புத்திகளின் விவரங்கள் :

				வ	மா	நாள்	நாழி	விநாடி
1வது	விர்ச்சிக	செவ்வாய்	புத்தி	0	4	6	0	0
2வது	துலாம்	சுக்கிரன்	புத்தி	0	9	18	0	0
3வது	கன்னி	புதன்	புத்தி	0	5	12	0	0
4வது	கடக	சந்திரன்	புத்தி	1	0	18	0	0
5வது	சிம்ம	சூரியன்	புத்தி	0	3	0	0	0
6வது	மிதுன	புதன்	புத்தி	0	5	12	0	0
7வது	ரிஷப	சுக்கிரன்	புத்தி	0	9	18	0	0
8வது	மேஷ	செவ்வாய்	புத்தி	0	4	6	0	0
9வது	மீன	குரு	புத்தி	0	6	0	0	0
				5	0	0	0	0

வலவோட்டு கன்னி புதன் திசைக்கு (பரணி, பூசம் சித்திரை, பூராடம், உத்திரட்டாதி ஆகிய நட்சத்திரங்களின் 2ம் பாதம் 9 புத்திகளின் விவரங்கள் :

				வ	மா	நாள்	நாழி	விநாடி
1வது	கும்பச்	சனி	புத்தி	0	5	2	28	14
2வது	மகரச்	சனி	புத்தி	0	5	2	28	14
3வது	தனுசு	குரு	புத்தி	1	0	21	10	35

திசை மாறி,

4வது	மேஷ	செவ்வாய்	புத்தி	0	8	26	49	15
5வது	ரிஷப	சுக்கிரன்	புத்தி	1	8	9	52	57
6வது	மிதுன	புதன்	புத்தி	0	11	13	3	33
7வது	கடக	சந்திரன்	புத்தி	2	2	20	20	14
8வது	சிம்ம	சூரியன்	புத்தி	0	6	10	35	18
9வது	கன்னி	புதன்	புத்தி	0	11	13	3	32
				9	0	0	0	0

வலவோட்டு துலா சுக்கிரன் திசைக்கு (பரணி, பூசம், சித்திரை, பூராடம், உத்திரட்டாதி ஆகிய நட்சத்திரங்களின் 3ம் பாதம்) 9 புத்திகளின் விவரங்கள் :

				வ	மா	நாள்	நாழி	விநாடி
1வது	துலாம்	சுக்கிரன்	புத்தி	3	1	0	21	41
2வது	விர்ச்சிக	செவ்வாய்	புத்தி	1	4	5	46	59
3வது	தனுசு	குரு	புத்தி	1	11	3	58	33
4வது	மகரச்	சனி	புத்தி	0	9	7	35	26
5வது	கும்பச்	சனி	புத்தி	0	9	7	35	26
6வது	மீன	குரு	புத்தி	1	11	3	58	33

திசை மாறி,

7வது	விர்ச்சிக	செவ்வாய்	புத்தி	1	4	5	46	59
8வது	துலாம்	சுக்கிரன்	புத்தி	3	1	0	21	47
9வது	கன்னி	புதன்	புத்தி	1	8	24	34	42
				16	0	0	0	0

வலவோட்டு விர்ச்சிக செவ்வாய் திசைக்கு (பரணி - பூசம் - சித்திரை - பூராடம் - உத்திரட்டாதி ஆகிய நட்சத்திரங்களின் 4ம் பாதம்) ஒன்பது புத்திகளின் விவரம்.

				வ	மா	நாள்	நாழி	விநாடி
1வது	கடக	சந்திரன்	புத்தி	1	8	15	20	56
2வது	சிம்ம	சூரியன்	புத்தி	0	4	26	30	42
3வது	மிதுன	புதன்	புத்தி	0	8	23	43	15
4வது	ரிஷப	சுக்கிரன்	புத்தி	1	3	18	50	14
5வது	மேஷ	செவ்வாய்	புத்தி	0	6	25	6	59
6வது	மீன	குரு	புத்தி	0	9	23	1	24
7வது	கும்பச்	சனி	புத்தி	0	3	27	12	33
8வது	மகரச்	சனி	புத்தி	0	3	27	12	33
9வது	தனுசு	குரு	புத்தி	0	9	23	1	24

வலவோட்டு தனுசு குரு திசைக்கு (கிருத்திகை - ஆயில்யம் - சுவாதி - உத்திராடம் - ரேவதி ஆகியவைகளின் 1ம் பாதம் ஒன்பது புத்திகளின் விவரம்.

				வ	மா	நாள்	நாழி	விநாடி
1வது	மேஷ	செவ்வாய்	புத்தி	0	8	12	0	0
2வது	ரிஷப	சுக்கிரன்	புத்தி	1	7	6	0	0
3வது	மிதுன	புதன்	புத்தி	0	10	24	0	0

4வது	கடக	சந்திரன்	புத்தி	2	1	6	0	0
5வது	சிம்ம	சூரியன்	புத்தி	0	6	0	0	0
6வது	கன்னி	புதன்	புத்தி	0	10	24	0	0
7வது	துலாம்	சுக்கிரன்	புத்தி	1	7	6	0	0
8வது	விர்ச்சிக	செவ்வாய்	புத்தி	0	8	12	0	0
9வது	தனுசு	குரு	புத்தி	1	0	0	0	0
					10	0	0	0	0

வலவோட்டு மகரச் சனி திசைக்கு (கிருத்திகை - ஆயில்யம் - சுவாதி - உத்திராடம் - ரேவதி ஆகியவைகளின் 2ம் பாதம்) 9 புத்திகளின் விவரங்கள் :

				வ -	மா -	நாள் -	நாழி -	விநாடி
1வது	மகரச்	சனி	புத்தி	0	2	7	45	53
2வது	கும்பச்	சனி	புத்தி	0	2	7	45	53
3வது	மீன	குரு	புத்தி	0	5	19	24	42

திசைமாறி,

4வது	விர்ச்சிக	செவ்வாய்	புத்தி	0	3	28	35	18
5வது	துலாம்	சுக்கிரன்	புத்தி	0	9	1	3	32
6வது	கன்னி	புதன்	புத்தி	0	5	2	28	14
7வது	கடக	சந்திரன்	புத்தி	0	2	24	42	21
8வது	சிம்ம	சூரியன்	புத்தி	0	11	25	45	53
9வது	மிதுன	புதன்	புத்தி	0	5	2	28	14
				4	0	0	0	0

வலவோட்டு கும்ப சனி தசாவுக்கு (கிருத்திகை - ஆயில்யம் - சுவாதி - உத்திராடம் - ரேவதி ஆகியவைகளின் 3ம் பாதம்) ஒன்பது புத்திகளின் விவரங்கள் :

				வ	மா	நாள்	நாழி	விநாடி
1வது	ரிஷப	சுக்கிரன்	புத்தி	0	9	7	35	25
2வது	மேஷ	செவ்வாய்	புத்தி	0	4	1	26	45
3வது	மீன	குரு	புத்தி	0	5	23	29	38
4வது	கும்பச்	சனி	புத்தி	0	2	9	23	52
5வது	மகரச்	சனி	புத்தி	0	2	9	23	52
6வது	தனுசு	குரு	புத்தி	0	5	23	29	38
திசைமாறி,								
7வது	மேஷச்	செவ்வாய்	புத்தி	0	4	1	26	45
8வது	ரிஷப	சுக்கிரன்	புத்தி	0	9	7	35	25
9வது	மிதுன	புதன்	புத்தி	0	5	6	8	40
				4	0	0	0	0

வலவோட்டு மீன குரு தசாவுக்கு (கிருத்திகை - ஆயில்யம் - சுவாதி - உத்திராடம் - ரேவதி ஆகியவற்றின் 4ம் பாதம்) ஒன்பது புத்திகளின் விவரங்கள் :

				வ	மா	நாள்	நாழி	விநாடி
1வது	கடக	சந்திரன்	புத்தி	2	3	9	4	10
2வது	சிம்ம	சூரியன்	புத்தி	0	6	25	18	8
3வது	கன்னி	புதன்	புத்தி	1	0	16	44	39
4வது	துலாம்	சுக்கிரன்	புத்தி	1	10	6	46	3
5வது	விர்ச்சிக	செவ்வாய்	புத்தி	0	9	23	1	24
6வது	தனுசு	குரு	புத்தி	1	1	28	36	17
7வது	மகரச்	சனி	புத்தி	0	5	17	26	31

8வது	கும்பச்	சனி	புத்தி	0	5	17	26	31
9வது	மீன	குரு	புத்தி	1	1	28	36	17
				4	0	0	0	0

இடவோட்டு நட்சத்திர திசை – புத்திகள் :

இடவோட்டு திசை 12-க்கு, முதலாவது இடவோட்டு விர்ச்சிக செவ்வாய் திசைக்கு (ரோகினி - மகம் - விசாகம் - திருவோணம் ஆகியவற்றின் 1ம் பாதம்) 9 புத்திகளின் விவரங்கள்:

				வ -	மா -	நாள் -	நாழி -	விநாடி
1வது	தனுசு	குரு	புத்தி	0	9	23	1	24
2வது	மகரச்	சனி	புத்தி	0	3	27	12	33
3வது	கும்பச்	சனி	புத்தி	0	3	27	12	33
4வது	மீன	குரு	புத்தி	0	9	23	1	24
5வது	மேஷ	செவ்வாய்	புத்தி	0	6	25	6	59
6வது	துலாம்	சுக்கிரன்	புத்தி	1	3	18	50	14
7வது	மிதுன	புதன்	புத்தி	0	8	23	43	15
8வது	சிம்ம	சூரியன்	புத்தி	0	4	26	30	42
9வது	கடக	சந்திரன்	புத்தி	1	8	15	20	56
				7	0	0	0	0

இடவோட்டு துலா சுக்கிரன் திசைக்கு (ரோகினி - மகம் - விசாகம் - திருஓணம் ஆகியவற்றின் 2ம் பாதம்) ஒன்பது புத்திகளின் விவரங்கள் :

				வ	மா	நாள்	நாழி	விநாடி
1வது	கன்னி	புதன்	புத்தி	1	7	29	34	0
2வது	துலாம்	சுக்கிரன்	புத்தி	3	1	0	21	41

3வது	விர்ச்சிக	செவ்வாய்	புத்தி	1	4	5	46	59
4வது	மீன	குரு	புத்தி	1	11	3	50	33
5வது	கும்பச்	சனி	புத்தி	0	9	7	35	26
6வது	மகரச்	சனி	புத்தி	0	9	7	35	26
7வது	தனுசு	குரு	புத்தி	1	11	3	50	33
8வது	விர்ச்சிக	செவ்வாய்	புத்தி	1	4	5	46	59
9வது	துலாம்	சுக்கிரன்	புத்தி	3	1	0	21	41

இடவோட்டு கன்னி புதன் திசைக்கு (ரோகினி - மகம் - விசாகம் - திருஓணம் ஆகியவற்றின் 3ம் பாதம்) ஒன்பது புத்திகளின் விவரங்கள் :

				வ	மா	நாள்	நாழி	விநாடி
1வது	கன்னி	புதன்	புத்தி	0	11	13	3	32
2வது	சிம்ம	சூரியன்	புத்தி	0	6	10	35	18
3வது	கடக	சந்திரன்	புத்தி	2	2	20	28	14
4வது	மிதுன	புதன்	புத்தி	0	11	13	3	32
5வது	ரிஷப	சுக்கிரன்	புத்தி	1	8	9	52	56
6வது	மேஷ	செவ்வாய்	புத்தி	0	8	26	49	25
7வது	தனுசு	குரு	புத்தி	1	0	21	10	35
8வது	மகரச்	சனி	புத்தி	0	5	2	28	14
9வது	கும்பச்	சனி	புத்தி	0	5	2	28	14
				9	0	0	0	0

இடவோட்டு சிம்ம சூரிய திசைக்கு (ரோகினி, மகம், விசாகம், திருஓணம் ஆகியவற்றின் 4ம் பாதம்) ஒன்பது புத்திகளின் விவரங்கள் :

				வ	மா	நாள்	நாழி	விநாடி
1வது	மீன	குரு	புத்தி	0	6	0	0	0
2வது	மேஷ	செவ்வாய்	புத்தி	0	4	6	0	0
3வது	ரிஷப	சுக்கிரன்	புத்தி	0	9	18	0	0
4வது	மிதுன	புதன்	புத்தி	0	5	12	0	0
5வது	சிம்ம	சூரியன்	புத்தி	0	3	0	0	0
6வது	கடக	சந்திரன்	புத்தி	1	0	18	0	0
7வது	கன்னி	புதன்	புத்தி	0	5	12	0	0
8வது	துலாம்	சுக்கிரன்	புத்தி	0	9	18	0	0
9வது	விர்ச்சிக	செவ்வாய்	புத்தி	0	4	6	0	0
				5	0	0	0	0

இடவோட்டு கடக சந்திரன் திசைக்கு (மிருகசீரிஷம் - பூரம் - அனுஷம் - அவிட்டம் ஆகியவற்றின் 1ம் பாதம்) 9 புத்திகளின் விவரங்கள் :

				வ	மா	நாள்	நாழி	விநாடி
1வது	மீன	குரு	புத்தி	2	5	9	4	11
2வது	கும்பச்	சனி	புத்தி	0	11	21	37	40
3வது	மகரச்	சனி	புத்தி	0	11	21	37	40
4வது	தனுசு	குரு	புத்தி	2	5	9	4	11
5வது	விர்ச்சிக	செவ்வாய்	புத்தி	1	8	15	20	55
6வது	துலாம்	சுக்கிரன்	புத்தி	3	11	26	30	42
7வது	கன்னி	புதன்	புத்தி	2	2	11	9	46
8வது	சிம்ம	சூரியன்	புத்தி	1	2	19	32	6
9வது	கடக	சந்திரன்	புத்தி	5	1	16	2	47
				21	0	0	0	0

இடவோட்டு மிதுன புதன் திசைக்கு (மிருகசீரிஷம் - பூரம் - அனுஷம் - அவிட்டம் ஆகியவற்றின் 2ம் பாதம்) 9 புத்திகளின் விவரங்கள் :

				வ	மா	நாள்	நாழி	விநாடி
1வது	மிதுன	புதன்	புத்தி	0	11	21	19	32
2வது	ரிஷப	சுக்கிரன்	புத்தி	1	8	24	34	42
3வது	மேஷ	செவ்வாய்	புத்தி	0	9	3	13	11
4வது	தனுசு	குரு	புத்தி	1	1	0	21	41
5வது	மகரச்	சனி	புத்தி	0	5	6	8	41
6வது	கும்பச்	சனி	புத்தி	0	5	6	8	41
7வது	மீன	குரு	புத்தி	1	1	0	21	41
8வது	மேஷ	செவ்வாய்	புத்தி	0	9	3	15	41
9வது	ரிஷப	சுக்கிரன்	புத்தி	1	8	24	38	42
				9	0	0	0	0

இடவோட்டு ரிஷப சுக்கிரன் திசைக்கு (மிருகசீரிஷம் - பூரம் - அனுஷம் - அவிட்டம் ஆகியவற்றின் 3ம் பாதம்) ஒன்பது புத்திகளின் விவரங்கள் :

				வ	மா	நாள்	நாழி	விநாடி
1வது	மிதுன	புதன்	புத்தி	1	8	9	52	56
2வது	சிம்ம	சூரியன்	புத்தி	0	11	8	49	25
3வது	கடக	சந்திரன்	புத்தி	3	11	13	3	32
4வது	கன்னி	புதன்	புத்தி	1	8	9	53	56
5வது	துலாம்	சுக்கிரன்	புத்தி	3	0	4	14	7
6வது	விர்ச்சிக	செவ்வாய்	புத்தி	1	3	24	21	11
7வது	மீன	குரு	புத்தி	1	11	17	38	50

8வது	கும்பச்	சனி	புத்தி	0	9	1	3	32
9வது	மகரச்	சனி	புத்தி	0	9	1	3	32
				16	0	0	0	0

இடவோட்டு மேஷச் செவ்வாய் திசைக்கு (மிருக சீரிஷம் - பூரம் - அனுஷம் - அவிட்டம் ஆகியவற்றின் 4ம் பாதம்) ஒன்பது புத்திகளின் விவரங்கள் :

				வ	மா	நாள்	நாழி	விநாடி
1வது	தனுசு	குரு	புத்தி	0	8	12	0	0
2வது	விர்ச்சிக	சுக்கிரன்	புத்தி	0	5	26	24	0
3வது	துலாம்	சுக்கிரன்	புத்தி	1	1	12	12	0
4வது	கன்னி	புதன்	புத்தி	0	7	16	48	0
5வது	சிம்ம	சூரியன்	புத்தி	0	4	6	0	0
6வது	கடக	சந்திரன்	புத்தி	1	5	19	12	0
7வது	மிதுன	புதன்	புத்தி	0	7	16	48	0
8வது	ரிஷப	சுக்கிரன்	புத்தி	1	1	13	12	0
9வது	மேஷ	செவ்வாய்	புத்தி	0	5	26	24	0
				7	0	0	0	0

இடவோட்டு மீன குரு திசைக்கு (திருவாதிரை - உத்திரம் - கேட்டை - சதயம் ஆகியவற்றின் முதல் பாகம்) ஒன்பது புத்திகளின் விவரங்கள் :

				வ	மா	நாள்	நாழி	விநாடி
1வது	தனுசு	குரு	புத்தி	1	1	28	34	17
2வது	மகரச்	சனி	புத்தி	0	5	17	26	31
3வது	கும்பச்	சனி	புத்தி	0	5	17	26	31

4வது	மீன	குரு	புத்தி	1	1	28	34	17
5வது	மேஷச்	செவ்வாய்	புத்தி	0	9	23	1	24
6வது	ரிஷப	சுக்கிரன்	புத்தி	1	10	9	46	3
7வது	மிதுன	புதன்	புத்தி	1	0	16	44	39
8வது	சிம்ம	சூரியன்	புத்தி	0	6	19	18	8
9வது	கடக	சந்திரன்	புத்தி	2	5	9	4	10
		ஆக வருடங்கள்		10	0	0	0	0

இடவோட்டு கும்ப சனி திசைக்கு (திருவாதிரை - உத்திரம் - கேட்டை - சதயம் ஆகியவற்றின் 2ம் பாதம்) ஒன்பது புத்திகளின் விவரங்கள் :

				வ	மா	நாள்	நாழி	விநாடி
1வது	கன்னி	புதன்	புத்தி	0	5	6	8	40
2வது	துலாம்	சுக்கிரன்	புத்தி	0	9	7	35	25
3வது	விர்ச்சிக	செவ்வாய்	புத்தி	0	4	1	26	45
4வது	மீன	குரு	புத்தி	0	5	23	29	38
5வது	கும்ப	சனி	புத்தி	0	2	9	23	52
6வது	மகரச்	சனி	புத்தி	0	2	9	23	52
7வது	தனுசு	குரு	புத்தி	0	5	23	29	38
8வது	விர்ச்சிக	செவ்வாய்	புத்தி	0	4	1	26	45
9வது	துலாம்	சுக்கிரன்	புத்தி	0	9	7	35	25
		ஆக வருடங்கள்		4	0	0	0	0

இடவோட்டு மகரச் சனி திசைக்கு (திருவாதிரை - உத்திரம் - கேட்டை - சதயம் ஆகியவற்றின் 3ம் பாதம்) ஒன்பது புத்திகளின் விவரங்கள் :

				வ	மா	நாள்	நாழி	விநாடி
1வது	கன்னி	புதன்	புத்தி	0	5	2	28	14
2வது	சிம்ம	சூரியன்	புத்தி	0	2	24	42	21
3வது	கடக	சந்திரன்	புத்தி	0	11	24	45	53
4வது	மிதுன	புதன்	புத்தி	0	5	2	28	14
5வது	ரிஷப	சுக்கிரன்	புத்தி	0	9	1	3	32
6வது	மேஷ	செவ்வாய்	புத்தி	0	3	28	35	18
7வது	தனுசு	குரு	புத்தி	0	5	19	24	42
8வது	மகரச்	சனி	புத்தி	0	2	7	7	45
9வது	கும்பச்	சனி	புத்தி	0	2	7	7	45
				4	0	0	0	0

இடவோட்டு தனுசு குரு திசைக்கு (திருவாதிரை, உத்திரம், கேட்டை, சதயம் ஆகியவற்றின் 4ம் பாதம்) ஒன்பது புத்திகளின் விவரங்கள் :

				வ	மா	நாள்	நாழி	விநாடி
1வது	மீன	குரு	புத்தி	1	0	0	0	0
2வது	மேஷச்	செவ்வாய்	புத்தி	0	8	12	0	0
3வது	ரிஷபச்	சுக்கிரன்	புத்தி	1	7	6	0	0
4வது	மிதுன	புதன்	புத்தி	0	10	24	0	0
5வது	சிம்ம	சூரியன்	புத்தி	0	6	0	0	0
6வது	கடக	சந்திரன்	புத்தி	2	1	6	0	0
7வது	கன்னி	புதன்	புத்தி	0	10	24	0	0

8வது	துலாம்	சுக்கிரன் புத்தி	1	7	6	0	0
9வது	விர்ச்சிக	செவ்வாய் புத்தி	0	8	12	0	0
			10	0	0	0	0

அன்பு வாசகர்களே இதுவரையிலும் காலச் சக்கர திசையின் வலவோட்டு நட்சத்திரங்களின் 12 வலவோட்டு திசைகளுக்கும், இடவோட்டு நட்சத்திரங்களின் 12 இடவோட்டு திசைகளுக்கும், புத்திகளின் விவரங்கள் கண்டீர்கள். இந்த புத்தி பிரிக்கும் கணக்கீட்டை அறிந்து கொள்ளுமுன் புத்திகளில் சில வரிசைக் கிரமமாக இல்லாமல் மாறி வருவது ஏன் என்ற கேள்வி உங்களுக்குத் தோன்றியிருக்கக் கூடும். ஒருவேளை அச்சுப் பிழையாக இருக்குமோ என்ற எண்ணமும் கூட வரலாம்.

உதாரணமாக வலவோட்டு மேஷச் செவ்வாய் திசைக்கான புத்திகள் 1வது மேஷச் செவ்வாய் புத்தி முதல் 9வது தனுசு குரு புத்தி வரை வரிசையாகவே வருகின்றது. இதில் மாற்றம் எதுவும் இல்லை. இதேபோல் இடவோட்டு மேஷச் செவ்வாய் திசைக்கான புத்திகளும் 1வது தனுசு குரு புத்தி முதல் வரிசை மாறாமல் 9வது மேஷச் செவ்வாய் புத்தி வரை வரிசையாகவே வருகின்றது. இம்மாதிரி வரிசை மாறாமல் வருவதற்கு ஜலகதி என்று பெயர்.

காலச் சக்கர திசையில், உடுமகாதசா போன்று வரிசைக் கிரமமாக புத்திகள் இல்லாமல் மாறுபட்டு செல்வதை காலச் சக்கரப் பாய்ச்சல் எனக் கூறப்படும். இந்தப் பாய்ச்சல் சில விதமாகப் பிரிக்கப்பட்டுள்ளது. 1. ஜலகதி, 2. சிம்மகதி, 3. தூரக கதி, 4. சர்ப்பகதி, 5. குக்குட கதி, 6. மண்டூக கதி, 7. மயூரகதி என்று பெயர் பெற்றுள்ளது. இதற்கு ஜாதக அலங்காரம் எனும் மூல நூலில் ஒரு பாடல் காணப்படுகின்றது.

**மேடந் தனுசு மீனம் விருச்சிகஞ் சிங்க கதியாம்
நாடாநிலை நண்டு சிங்க நற்றண்டு - கூடும்
தவளைக்கதி வளநேர்தான் சர்ப்பவோட்டம்
திவளிடமே மார்க்கட மாஞ்செப்பு**

இதன் விளக்கம் பின்வருமாறு ஆகும்.

1. ஜலகதி :

ஜலகதி என்பது நீர் செல்வது போல் ஒரே சீராகச் செல்வதாகும். வலப்புறமாகவோ அல்லது இடப்புறமாகவோ மேஷம் முதல் தனுசு வரையில் 9 புத்திகளாகவும்; தனுசு முதல் மேஷம் வரையில் 9 புத்திகளாகவும் செயல்படுவதாகும். வலம், இடமாக ஒரே சீராகச் செல்வதால் இதற்கு ஜலகதி என்று பெயர்.

2. சிம்மகதி :

சிம்மகதி என்பது சிங்கம் பாய்வது போன்று ஆகும். துலாச் சுக்கிரன், விர்ச்சிக செவ்வாய், தனுசு குரு, மகரச் சனி, கும்பச் சனி, மீன குரு என்று வந்து திடீர் பாய்ச்சலில் கடந்து வந்த நான்கு ராசிகளைத் தாண்டி விர்ச்சிகத்தில் பாய்ந்து விர்ச்சிக செவ்வாய், துலாச் சுக்கிரன், கன்னி புதன் என்று செல்வது சிம்ம கதியாகும்.இதேபோல் இடப்புறமாக கும்பச் சனி, மகரச் சனி, தனுசு குரு என்று வந்து திடீரென தனுசில் இருந்து மேஷத்துக்கு பாய்ந்து மேஷச் செவ்வாய், ரிஷப சுக்கிரன், மிதுன புதன், கடக சந்திரன், சிம்மச் செவ்வாய், கன்னி புதன் என்று திசையை நடத்துவதும் சிம்ம கதியாகும். வலது - இடது; இடது - வலது என்று பாய்ச்சலால் மாறி செயல்படும்.

3. தூரக கதி :

தூரக கதி என்றால் குதிரை செல்லுதல் என்று பொருள். தூரகம் என்றால் குதிரையாகும். மேஷத்திலிருந்து தனுசுக்கும்,

விர்ச்சிகத்தில் இருந்து மீனத்துக்கும் பாய்தல் துரக கதியாகும். 1. கன்னி புதன், 2. சிம்ம சூரியன், 3. கடகச் சந்திரன், 4. மிதுன புதன், 5. ரிஷப சுக்கிரன், 6. மேஷச் செவ்வாய் என்று இடப்புறமாக வந்து திடீரென 7வதாக தனுசு குருவுக்குத் தாவி 8வதாக மகரச் சனி, 9 கும்பச் சனி என்று வலப்புறமாக மாறும்.

அடுத்து 1. கன்னி புதன், 2. துலாச் சுக்கிரன், 3. விர்ச்சிகச் செவ்வாய், 4. மீன குரு, 5. கும்பச் சனி, 6. மகரச் சனி, 7. தனுசு குரு, 8. விர்ச்சிகச் செவ்வாய், 9. துலாச் சுக்கிரன் என்று இடப் புறமாக முடிவது துரக கதியாகும்.

4. சர்ப்பகதி :

சர்ப்பம் என்றால் பாம்பு எனலாம். பாம்பு நெளிந்து செல்வது போல் வளைந்து செல்வது சர்ப்பகதியாகும். கன்னியைத் தொட்டதும் ஒருமுறை புரண்டு கடகத்துக்குச் சென்று மறுபடியும் சிம்மத்தை அடைந்து, சிம்மத்திலிருந்து மிதுனத்துக்கு செல்வது சர்ப்பகதி எனப்படும் இதிலும் இரண்டு விதமான ஓட்டம் உள்ளது.

1. விர்ச்சிகச் செவ்வாய், 2. துலாச் சுக்கிரன், 3. கன்னி புதன் என்று வந்து திடீரென கடகத்துக்கு நெளிந்து மாறி 5வதாக சிம்ம சூரியன் என்று வந்து, 6வதாக மிதுன புதன் என்று மாறி, 7. ரிஷபச் சுக்கிரன், 8. மேஷச் செவ்வாய், 9. மீன குரு என்று செல்வது.

மற்றொன்று 1. மகரச் சனி, 2. கும்பச் சனி, 3. மீன குரு என்று வந்து திடீரென 4வதாக விர்ச்சிக செவ்வாய்க்கு மாறி, 5. துலாச் சுக்கிரன், 6. கன்னி புதன் என்று வந்து 7வதாக கடகத்துக்கு நெளிந்து சென்று 8வதாக சிம்மசூரியன் என்று வந்து 9வதாக மிதுன புதன் என்று செல்வது சர்ப்பகதியாகும்.

5. குக்குட கதி :

குக்குடம் என்றால் கோழி என்று கூறப்படுகின்றது. சிம்ம ராசியிலிருந்த, மிதுன ராசிக்கும், மிதுன ராசியிலிருந்து சிம்மத்துக்கும் பாய்வது குக்குட கதி எனப்படும்.

1. விர்ச்சிக செவ்வாய், 2. துலாச் சுக்கிரன், 3. கன்னி புதன், 4. கடகச் சந்திரன், 5. சிம்மச் சூரியன், 6. மிதுன புதன், 7. ரிஷபச் சுக்கிரன், 8. மேஷச் செவ்வாய், 9. மீன குரு என்று செல்வது குக்குட கதியாகும்.

மற்றொன்று 1. கடகச் சந்திரன், 2. சிம்மச் சூரியன், 3. மிதுன புதன், 4. ரிஷபச் சுக்கிரன், 5. மேஷச் செவ்வாய், 6. மீன குரு, 7. கும்பச் சனி, 8. மகரச் சனி, 9. தனுசு குரு என்று செல்வதும் குக்குட கதியாகும். மற்றும் இருவிதத்திலும் குக்குட கதி செல்வதுண்டு. 1. மகரச் சனி, 2. கும்பச் சனி, 3. மீன குரு, 4. விர்ச்சிக செவ்வாய், 5. துலாச் சுக்கிரன், 6. கன்னி புதன், 7. கடகச் சந்திரன், 8. சிம்மச் சூரியன், 9. மிதுன புதன் என்றும்,

1. தனுசு குரு, 2. மகரச் சனி, 3. கும்பச் சனி, 4. மீன குரு, 5. மேஷச் செவ்வாய், 6. ரிஷபச் சுக்கிரன், 7. மிதுன புதன், 8. சிம்மச் சூரியன், 9. கடகச் சந்திரன் என்றும் செல்வது குக்குட கதியாகும்.

6. மண்டூக கதி :

மண்டூகம் என்றால் தவளை என்று பொருளாகும். தவளைக் கதி என்றும் பெயர் உண்டு. கன்னி ராசியிலிருந்த கடகராசிக்கு பாய்வது தவளை கதி அல்லது மண்டூகக் கதியாகும்.

1. விர்ச்சிகச் செவ்வாய்
2. துலாச் சுக்கிரன்
3. கன்னி புதன்

4. கடகச் சந்திரன்
5. சிம்மச் சூரியன்
6. மிதுன புதன்
7. ரிஷபச் சுக்கிரன்
8. மேஷச் செவ்வாய்
9. மீன குரு என்ற கதியிலும், மற்றொரு வகை,

1. மகரச் சனி
2. கும்பச் சனி
3. மீன குரு
4. விர்ச்சிகச் செவ்வாய்
5. துலாச் சுக்கிரன்
6. கன்னி புதன்
7. கடகச் சந்திரன்
8. சிம்மச் சூரியன்
9. மிதுன புதன் என்ற கதியில் செல்வது தவளைக் கதியாகும்.

7. மயூரா கதி :

மயூரம் என்றால் மயில் என்று பொருளாகும். சிம்மத் திலிருந்து கடகத்துக்கு பாய்தல் மயூர கதியாகும்.

1. தனுசு குரு
2. மகரச் சனி
3. கும்பச் சனி
4. மீன குரு
5. மேஷச் செவ்வாய்
6. ரிஷபச் சுக்கிரன்

7. மிதுன புதன்
8. சிம்மச் சூரியன்
9. கடக சந்திரன் என்று சொல்வது மயூரகதியாகும்.

இதுவரையிலும் காலச் சக்கர திசையில் 7 விதமான கதி களைப் பற்றி அறிந்து கொண்டீர்கள். இதற்கு காலச்சக்கரப் பாய்ச்சல் என்றும் பெயர் உண்டு. இனி காலச்சக்கர திசையின் புத்தி பிரிக்கும் வழியைப் பற்றியும் காணலாம். புத்திகள் ஏற்கனவே அறிவிக்கப்பட்டிருந்தாலும், அதைக் கணக்கிடும் வழி முறையை அறிந்து கொள்வது நல்லதுதானே. அந்த அடிப் படையில் அதைப் பற்றி சற்று காணலாம்.

வலவோட்டு நட்சத்திரமான அஸ்வினி 1ம் பாதத்திற்குரிய திசைகளுக்கு புத்தி பிரிக்கும் வழிமுறை பற்றி காணலாம்.

வலவோட்டு நட்சத்திரமான அஸ்வினி 1ம் பாதத்திற்குரிய திசைகளுக்கு புத்தி பிரிக்கும் வழிமுறை பற்றி காணலாம்.

அஸ்வினி 1ம் பாதம்

1.	மேஷச் செவ்வாய்	வருடங்கள்	7
2.	ரிஷபச் சந்திரன்	வருடங்கள்	16
3.	மிதுன புதன்	வருடங்கள்	9
4.	கடகச் சந்திரன்	வருடங்கள்	21
5.	சிம்மச் சூரியன்	வருடங்கள்	5
6.	கன்னி புதன்	வருடங்கள்	9
7.	துலாச் சுக்கிரன்	வருடங்கள்	16
8.	விர்ச்சிகச் செவ்வாய்	வருடங்கள்	7
9.	தனுசு குரு	வருடங்கள்	10
		ஆக பரமாயுள்	100

இவற்றுள் முதல் திசையான மேஷச் செவ்வாய் வருடங்கள் ஏழில் வரக்கூடிய புத்திகளின் கால அளவு கணக்கிடலாம்.

பரமாயுள் வருடங்கள் 100

$$\text{மேஷச் செவ்வாய் வருடங்கள் } 7 = 7 \times 7 = 49 \times 12 = \frac{588}{100}$$

= 588 ÷ 100 = 5

500

----

88 X 30

2640 ÷ 100 = 26

2600

----

40 X 60

2400 ÷ 100 = 24

2400

0

எனவே மேஷச் செவ்வாய் திசையில் செவ்வாய் புத்தி 5 மாதம் 26 நாள் 24 நாழிகையாகும்.

அடுத்து மேஷச் செவ்வாய் திசை வருடங்கள் 7-இல் இரண்டாவது புத்தியான சுக்கிரன் புத்தியின் கால அளவைக் காணலாம்.

மேஷச் செவ்வாய் திசை வருடங்கள்	:	7
ரிஷபச் சுக்கிரன் திசை வருடங்கள்	:	16
பரமாயுள் வருடங்கள்	:	100

$$7 \times 16 = \frac{112}{100}$$

$112 \div 100 = 1$ வ

```
100
---------
 12 X 12
---------
```

$144 \div 100 = 1$மா

```
100
---------
 44 X 30
---------
```

$1320 \div 100 = 13$நாள்

```
1300
---------
 20 X 60
---------
```

$1200 \div 100 = 12$ நாழி

```
1200
----
  0
```

மேஷச் செவ்வாய் திசையில் ரிஷப சுக்கிரன் புத்தி காலம் 1 வருடம் 1 மாதம் 13 நாள் 12 நாழிகையாகும்.

ஜோதிட ஆராய்ச்சித் திரட்டு - மூன்றாம் பாகம் \ 98

அடுத்து மேஷச் செவ்வாய் திசையில் மிதுன புத்திகாலம் காலம் காண,

மேஷச் செவ்வாய் திசா வருடங்கள்: 7

மிதுன புதன் திசா வருடங்கள் : 9

பரமாயுள் வருடங்கள் : 100

$$7 \times 9 = 63 \times 12 = \frac{756}{100}$$

756 ÷ 100 = 7 மா

700
- - - - - - -
  56 X 30

1680 ÷ 100 = 16 நாள்

1600
- - - - - - -
  80 X 60
- - - - - - -
4800 ÷ 100 = 48 நாழி

4800
- - - - -
  0

செவ்வாய் திசையில் மிதுன புத்தி காலம் 7 மாதம் 16 நாள் 48 நாழிகையாகும்.

அடுத்து மேஷச் செவ்வாய் திசையில் கடக சந்திரன் புத்தி காலம் காண,

மேஷச் செவ்வாய் திசை வருடங்கள்: 7
கடகச் சந்திரன் திசை வருடங்கள்: 21
பரமாயுள் வருடங்கள் : 100

$$7 \times 21 = \frac{147}{100}$$

$147 \div 100 = 1$ வரு

```
100
-------
 47 X 12
```

$564 \div 100 = 5$ மா

```
500
-------
 64 X 30
-------
```

$1920 \div 100 = 19$ நாள்

```
1900
-------
  20 X 60
```

$1200 \div 100 = 12$ நாழி

```
1200
-----
   0
```

கடக சந்திரன் புத்தி காலம் 1 வரு - 5 மா - 19 நாள் - 12 நாழியாகும்.

ஜோதிட ஆராய்ச்சித் திரட்டு - மூன்றாம் பாகம் \ 100

மேஷச் செவ்வாய் திசையில் சிம்ம சூரியன் புத்தி காலம் அறிய,

மேஷச் செவ்வாய் திசை வருடங்கள் : 7

சிம்ம சூரியன் திசை வருடங்கள் : 5

பரமாயுள் வருடங்கள் : 100

$$7 \times 5 = 35 \times 12 = \frac{420}{100}$$

420 ÷ 100 = 4 மா

400
----
  20 X 30

600 ÷ 100 = 6 நாள்

600

  0

மேஷச் செவ்வாய் திசையில் சிம்ம சூரியன் புத்தி காலம் 4 மாதம் 6 நாட்களாகும். வ- 0, மா - 4, நா - 6, நாழி -0.

அடுத்து மேஷச் செவ்வாய் திசையில் தனுசு குரு புத்தி காலம் காண,

மேஷச் செவ்வாய் திசை வருடங்கள்: 7

தனுசு குரு திசை வருடங்கள் : 10

பரமாயுள் வருடங்கள் : 100

840
7 X 10 = 70 X 12 = -----
100

840 ÷ 100 = 8 மா

800
----
40 X 30

1200 ÷ 100 = 12 நாள்

1200

0

மேஷச் செவ்வாய் திசையில் தனுசு குரு புத்தி காலம் 0 வருடம் 8 மாதம் 12 நாள் 0 நாழிகையாகும். கன்னி புதன், துலாச் சுக்கிரன், விர்ச்சிகச் செவ்வாய் அகியவற்றுக்கு தனிக் கணக்கீடுகள் தேவையில்லை. முறையே மிதுன புதன் புத்தி, ரிஷப சுக்கிரன் புத்தி, மேஷச் செவ்வாயின் புத்தியின் அளவே இவற்றுக்கு வரும். இந்தக் கணக்கீட்டின்படி புத்தி பிரித்துக் கணக்கிடலாம் அல்லது புத்திகளின் கால அளவுப் பட்டியல் படியும் அப்படியே கணக்கீடு செய்யத் தேவையில்லாத நிலையில் பயன்படுத்திக் கொள்ளலாம். இனி காலச்சக்கர திசையின் ஜனன கால இருப்பு அறியும் முறை பற்றி காணலாம்.

உதாரணம் : ஜனனம் ஆயில்யம் நட்சத்திரம்.

குறிப்பிட்ட நாளில் ஆயில்யம் ஆதியந்த பரமநாழிகை 64 - 46.

செல்லு நாழிகை 10 - 56

இருப்பு நாழிகை 53 - 50 என்று கணக்கீடு செய்யலாம்.

ஆயில்யத்தின் 1 பாத அளவு 64.46 ÷ 4 16-11½

முதல் பாதத்தில் செல்லு   10-56

முதல் பாத செல்லு நீக்கி இருப்பு   5-15½

ஆயில்யம் வலவோட்டு (சவ்விய) நட்சத்திரம். இதன் முதல் பாதத்துக்கு வருவது தனுசு குரு திசை ஆகும். தனுசு குரு திசை வருடங்கள் 10 ஆகும். 1 பாத அளவு 16 - 11½ என்பதை கணக்கீட்டு வசதிக்காக 16.12 என்று முழுமையாக்கியும் கணக்கீடு செய்து கொள்ளலாம். பின்னங்களை தவிர்த்து விடுவது கணக்கீடு செய்ய சுலபமாக இருக்கும். அதிகமான வித்தியாசம் வந்து விடாது. மிகக் குறைவாகவே வித்தியாசம் இருக்கும்.

16-11க்கு 10 ஆண்டு என்றால் செல் நீக்கி இருப்பான 5-15க்கு எத்தனை ஆண்டு என்று கணக்கிட வேண்டும்.

16.11 X 60   = 960 + 11 = 971 விநாடி

5.15 X 60   = 300 + 15 = 315 விநாடி

$\dfrac{10}{971}$ X 315 = 315 X 10 = 3150 ÷ 971

3150 ÷ 971 = 3 வரு

2913
----
  237 X 12

2844 ÷ 971 = 2 மா
1942
----
902 X 30

27060 ÷ 971 = 27 நாள்

26217

----

843 X 60

50580 ÷ 971 = 52 நாழி

50492

88

வலவோட்டு ஆயில்ய நட்சத்திரம் முதல் பாத ஜனன கால இருப்பு படி தனுசு குரு தசா இருப்பு,

வ	மா	நாள்	நாழி	
3	2	27	52	ஆகும்.

இதை தனுசு குரு திசையின் புத்திகள் வரிசைப்படி புத்திகள் பிரித்து காணும்போது,

துலா சுக்கிரன் புத்தி இருப்பு	1	6	40
விர்ச்சிக செவ்வாய் புத்தி	0	8	12
தனுசு குரு புத்தி	1	0	0
	3	2	27
அடுத்து மகர சனி திசா	4	0	0
கும்ப சனி திசை	4	0	0
மீன குரு திசை	10	0	0

என்ற வரிசையில் திசைகளையும், புத்திகளையும் பிரித்துக் கணக்கிட்டு எழுதிக் கொள்ளலாம். காலச் சக்கர திசையில் படி பலன்களை மூல நூல்களில் ஓரளவுதான் கொடுக்கப்பட்டுள்ளது. உடுமகாதிசா போல் இல்லாமல் சற்று மாறுபாடாக காலச் சக்கர திசை வரும்.

உடுமாதிசை வரிசை,

1.	கேது திசா	7	வருடங்கள்
2.	சுக்கிரன் திசா	20	வருடங்கள்
3.	சூரியன்	6	வருடங்கள்
4.	சந்திரன் திசா	10	வருடங்கள்
5.	செவ்வாய் திசா	7	வருடங்கள்
6.	ராகு தசா வருடங்கள்	18	வருடங்கள்
7.	குரு திசா வருடங்கள்	16	வருடங்கள்
8.	சனி தசா வருடங்கள்	19	வருடங்கள்
9.	புதன் தசா வருடங்கள்	17	வருடங்கள்
	ஆக மொத்தம்	120	வருடங்கள்

மேற்கண்ட வரிசைப்படியேதான் புத்திகளும் நடைபெறும். ஆனால் காலச் சக்கர திசையில் அப்படி அல்ல. மாறுபட்ட முறையில் ஒவ்வொரு நட்சத்திரத்தையும் 4 பாதமாக்கி ஒவ்வொரு பாதத்திலும் செல் நீக்கி இருப்பு எவ்வளவு வருகின்றதோ அதைக் கொண்டு அதற்குரிய திசையில் செல் நீக்கி இருப்புக்குரிய கால அளவைக் கொண்டு வரிசைப்படி திசா புத்திகள் பிரித்து அதற்கான பலனைக் காணுவது காலச்சக்கர திசாவாகும்.

ஒரு திசைக்கு 9 புத்திகளாகப் பிரித்து காலச்சக்கர திசைகளான வலவோட்டு நட்சத்திர திசா 12, இடவோட்டு திசா 12 ஆக 24 திசைகளுக்கு பலன் காண வேண்டும். இந்த காலச் சக்கர திசா, புத்திகள் எந்த நட்சத்திரத்தின் பாதம் எந்த ராசியில் உள்ளதோ அந்த ராசியின் அடிப்படையில் பலன் கூறுவதால் இதில் லக்கினத்தையோ, ஜனன கால நிலையைக் கொண்டோ பலன் கூறப்படாமல் ராசியை அடிப்படையாகக் கொண்டு, கிரக நிலைகளை அனுசரித்தே பலன்கள் கூறவேண்டியுள்ளது.

பராசரர் அளித்துள்ள உடுமகாதசா, புத்தி பலன்கள் போல் நிர்ணயமான பலன்கள் இதில் இல்லை. ஓரளவு யூகத்தின் அல்லது அனுபவத்தின் அடிப்படையிலேயே கூறப்பட வேண்டியுள்ளது. எந்த ராசியின் திசா, புத்தி நடக்கின்றதோ அதையே லக்கினமாகக் கொண்டு, அதற்கு சுபர், யோகர், பாபர், மாரகர், எவர் என அறிந்து அதன் அடிப்படையில் மற்றும் திசா, புத்தி கிரகங்கள் பெறும் ஆட்சி, உச்சம், நட்பு, பகை, நீசம், சமம் எனும் அடிப்படையில் பலன் காண வேண்டியுள்ளது. அதற்கான விளக்கங்களும் கொடுக்கப்பட்டுள்ளது. திசையில் உடல், உயிர் ராசிகளில் தீமையான கிரகங்கள் சஞ்சரிக்கும் போது தீமையான பலன்களைச் செய்கின்றன.

சீராகச் செல்லும் நடையில்லாமல் தாவி, வளைந்து செல்லும் தவளைக்கதி, சர்ப்பகதி, துரககதி, சிங்காவலோன கதிகளில் சஞ்சாரம் நிகழும் போதும் தீய பலன்கள் நடை பெறுகின்றது. பொது சுபர்கள், பொது பாபர் அடிப்படையில் மட்டுமல்லாமல் திசா அடிப்படையிலும் பலன் காண வேண்டி உள்ளது. இது சற்று மாறுபாடாக உள்ளது.

அதன் விவரம் பின்வருமாறு ஆகும்.

வலவோட்டு - இடவோட்டு மேஷச் செவ்வாய் திசைக்கு,

    சுபர்   : சூரியன் - குரு - சந்திரன்
    யோகர் : சந்திரன் - குரு
    பாபர்   : சனி - புதன்
    மாரகர் : சனி - புதன்

வலவோட்டு - இடவோட்டு ரிஷபச் சுக்கிரன் திசைக்கு,

    சுபர்   : சூரியன் - சனி
    யோகர் : சனி
    பாபர்   : புதன் - குரு - சுக்கிரன்
    மாரகர் : சந்திரன் - குரு - சுக்கிரன்

வலவோட்டு - இடவோட்டு மிதுன புதன் திசைக்கு,

    சுபர்   : சுக்கிரன்
    யோகர் : சனி
    பாபர்   : சூரியன் - சந்திரன் - செவ்வாய் - குரு

வலவோட்டு - இடவோட்டு கடக சந்திரன் திசைக்கு,

    சுபர்   : செவ்வாய் - குரு
    யோகர் : செவ்வாய்
    பாபர்   : சுக்கிரன் - சூரியன்
    மாரகர் : சனி - புதன்

வலவோட்டு - இடவோட்டு சிம்ம சூரியன் திசைக்கு,

    சுபர்   : செவ்வாய்
    யோகர் : செவ்வாய்

பாபர்	:	புதன் - சுக்கிரன்
மாரகர்	:	புதன் - சுக்கிரன்

வலவோட்டு - இடவோட்டு கன்னி புதன திசைக்கு,

சுபர்	:	சுக்கிரன் - புதன்
யோகர்	:	புதன் - சுக்கிரன்
பாபர்	:	சந்திரன் - செவ்வாய் - குரு
மாரகர்	:	சந்திரன் - செவ்வாய் - குரு

வலவோட்டு - இடவோட்டு துலாச் சுக்கிரன் திசைக்கு,

சுபர்	:	புதன் - சனி
யோகர்	:	புதன் - சனி
பாபர்	:	சூரியன் - செவ்வாய் - குரு
மாரகர்	:	சூரியன் - செவ்வாய் - குரு

வலவோட்டு - இடவோட்டு விர்ச்சிகச் செவ்வாய் திசைக்கு,

சுபர்	:	சூரியன் - சந்திரன் - குரு
யோகர்	:	சூரியன் - சந்திரன்
பாபர்	:	செவ்வாய் - புதன் - சுக்கிரன்
மாரகர்	:	செவ்வாய் - புதன் - சுக்கிரன்

வலவோட்டு - இடவோட்டு தனுசு குரு திசைக்கு,

சுபர்	:	சூரியன் - செவ்வாய்
யோகர்	:	சூரியன் - செவ்வாய்
பாபர்	:	சுக்கிரன்
மாரகர்	:	சந்திரன் - குரு - சுக்கிரன் - சனி

வலவோட்டு - இடவோட்டு மகரச் சனி திசைக்கு,

    சுபர்   :   சுக்கிரன் - புதன்
    யோகர் :   சுக்கிரன்
    பாபர்   :   சந்திரன் - செவ்வாய் - குரு
    மாரகர் :   சூரியன் - சந்திரன் - செவ்வாய் - குரு

வலவோட்டு - இடவோட்டு கும்பச் சனி திசைக்கு,

    சுபர்   :   சுக்கிரன்
    யோகர் :   சுக்கிரன்
    பாபர்   :   சந்திரன் - செவ்வாய் - குரு
    மாரகர் :   சந்திரன் - செவ்வாய் - புதன்

வலவோட்டு - இடவோட்டு மீன குரு திசைக்கு,

    சுபர்   :   சந்திரன் - செவ்வாய்
    யோகர் :   சந்திரன் - செவ்வாய்
    பாபர்   :   சூரியன் - புதன் - சுக்கிரன் - சனி
    மாரகர் :   புதன் - சுக்கிரன் - சனி

கிரகங்களின் நட்பு - பகை - சமம் விவரம் பற்றி ஏற்கனவே என்னுடைய ஜோதிட ஆராய்ச்சித் திரட்டு, ஜோதிட ரகசியம் ஆகிய நூல்களில் கொடுக்கப்பட்டுள்ளது என்றாலும் உங்கள் கவனத்துக்கு மற்றும் ஒருமுறை இங்கு கொடுக்கப்பட்டுள்ளது.

1. சூரியனுக்கு நட்பு :   செவ்வாய் - சந்திரன் - குரு
                    சமம் :   புதன்
                    பகை :   சுக்கிரன் - சனி - ராகு - கேது

2. சந்திரனுக்கு நட்பு : சூரியன் - செவ்வாய் - குரு
        சமம் : சுக்கிரன் - சனி - புதன்
        பகை : ராகு - கேது

3. செவ்வாய்க்கு நட்பு : சூரியன் - சந்திரன் - குரு
        சமம் : சுக்கிரன் - சனி
        பகை : புதன் - ராகு - கேது

4. புதனுக்கு நட்பு : சூரியன் - சுக்கிரன் - ராகு - கேது
        சமம் : செவ்வாய் - சனி - குரு
        பகை : சந்திரன்

5. குருவுக்கு நட்பு : சூரியன் - சந்திரன் - செவ்வாய்
        சமம் : சனி - ராகு - கேது
        பகை : புதன் - சுக்கிரன்

6. சுக்கிரனுக்கு நட்பு : புதன் - சனி - ராகு - கேது
        சமம் : செவ்வாய் - குரு
        பகை : சூரியன் - சந்திரன்

7. சனிக்கு நட்பு : புதன் - சுக்கிரன் - ராகு - கேது
        சமம் : குரு
        பகை : சூரியன் - சந்திரன் - செவ்வாய்

காலச் சக்கர திசையில் சாயா கிரகங்கள், நிழல் கிரகங்கள் எனும் ராகு - கேதுக்களுக்கு இடம் இல்லை. எனினும் ஜாதகத்தில் இவர்கள் இருவரும் உள்ள நிலையை அனுசரித்து கோசார சஞ்சார அடிப்படையில் வரும் நிலையை அனுசரித்து பலன்கள் நிர்ணயம் செய்ய வேண்டும். திசையில் உடல் மற்றும் உயிர்

ராசியில் சஞ்சரிக்கும் போது அதில் பெறும் நட்பு, பகை, அடிப்படையில் நன்மை, தீமையான பலன்கள் நடைபெறும். காலச் சக்கர திசையின் பொதுவான பலன்களைக் காணலாம்.

1. வலவோட்டு மேஷச் செவ்வாய் திசைக்கு
உடல் ராசி மேஷம்; உயிர் ராசி தனுசு

இந்த காலத்தில் உஷ்ணாதிக்க சம்பந்தமான நோய்கள் கண் நோய் மற்றும் பார்வை பழுது, பொருட்சேதம், தாய்க்கு நோய், விவசாயத்தில் நஷ்டம், அம்மை நோய், எதிரிகளால் தொல்லைகள், வம்பு வழக்கு, செலவுகள், இட மாற்றம் போன்றவைகள் ஏற்படக்கூடும்.

2. வலவோட்டு ரிஷப சுக்கிரன் திசைக்கு
உடல் ராசி மகரம்; உயிர் ராசி மிதுனம்

இந்த திசா காலத்தில் சுபகாரியங்கள் நடத்தல், புத்திர பாக்கியம், உயர் கல்வி பெறல், ஆடை, ஆபரணங்கள் சேர்க்கை, நிலம், வீடு, வாகனம் போன்றவைகளின் சேர்க்கை, வழக்கு களில் ஆதாயம், கடன்கள் வசூலாதல் போன்ற நல்ல பலன்கள் நடைபெறும்.

3. வலவோட்டு மிதுன புதன் திசைக்கு
உடல் ராசி ரிஷபம்; உயிர் ராசி மிதுனம்

இந்த திசை காலத்தில் கலைகளின் அபிவிருத்தி, பொன், பொருள் சேர்க்கை, நிலம், வீடு, வாகன சேர்க்கை, புத்திர பாக்கியம், தொழில்களில் உயர்வு, உடல் அசௌகரியங்கள் நீங்கி சுகமடைதல், புதிதாக வீடு கட்டல் போன்ற நற்பலன் நடைபெறும்.

4. **வலவோட்டு கடக சந்திரன் திசைக்கு**
   உடல் ராசி கடகம்; உயிர் ராசி மீனம்

   இந்த திசை காலத்தில் பெண்களால் உயர்வு ஆதாயம் கிடைத்தல், திருமணம் போன்ற சுபகாரியங்கள் நடத்தல், குழந்தை பாக்கியம் ஏற்படல், பொன் - பொருள் - வாகனம் - வீடு சேர்க்கை - பயிர்த் தொழிலில் அபிவிருத்தி, கால்நடைகளால் ஆதாயம், திரவ சம்பந்தமான பொருள்கள் விற்பனையில் நல்ல உயர்வு கிடைத்தல் போன்றவைகள் நடக்கும்.

5. **வலவோட்டு சிம்ம சூரியன் திசைக்கு**
   உடல் ராசி விர்ச்சிகம்; உயிர் ராசி மீனம்

   இத்திசை காலத்தில் பித்த சம்பந்தமான நோய், கண் நோய், வயிற்று கோளாறுகள், அரசாங்கத்தால் தண்டனை, சுற்றத்தார்களினால் கஷ்டம், நஷ்டம், அசுபமான காரியங்கள், தகப்பனார் உடல் நலிவு, வைத்தியச் செலவுகள் ஏற்படும்.

6. **வலவோட்டு கன்னி புதன் திசைக்கு**
   உடல் ராசி கும்பம்; உயிர் ராசி கன்னி

   இந்த திசை காலங்களில் கலைத் துறையில் உயர்வு, புதிய தொழில் முயற்சிகளில் வெற்றி, புதிதான வீடு, வாகன சேர்க்கையுடன் ஆடை ஆபரணங்கள் வாங்குதல், வீட்டில் சுபகாரியங்கள் நடைபெறல் போன்ற நற்பலன்கள் நடக்கும்.

7. **வலவோட்டு துலாச் சுக்கிரன் திசைக்கு**
   உடல் ராசி துலாம்; உயிர் ராசி கன்னி

   இதில் சுபகாரியங்கள் நடைபெறல், முக்கியமாக திருமண வைபவங்கள், உயர்கல்வி வாய்ப்பு, வீட்டில் புதிய வரவாக

குழந்தை பாக்கியம் ஏற்படல், வீடு, வாகனங்கள் அபிவிருத்தி வழக்குகளில் வெற்றி, வரவேண்டிய வரவினங்கள் வந்து சேருதல் போன்றவை ஏற்படும்.

8. வலவோட்டு விர்ச்சிக செவ்வாய் திசைக்கு
உடல் ராசி கடகம்; உயிர் ராசி தனுசு

இந்த திசை காலத்தில் நெருப்பினால் பாதிப்படைதல், உஷ்ணாதிக்க சம்மந்தமான கோளாறுகள், எதிரிகளால் தொல்லைகள், இடையூறுகள், விவசாயத்தில் நஷ்டம், பூமிநாசம், கண் நோய், சகோதரர்களுக்கு பீடை, தனவிரயம் ஏற்படும்.

9. வலவோட்டு தனுசு குரு திசைக்கு
உடல் ராசி மேஷம்; உயிர் ராசி தனுசு

இந்த திசை காலத்தில் கௌரவங்கள் ஏற்படல்; பதவிகள் கிடைத்தல், தொழில் உயர்வு, முன்னேற்றம், குழந்தை பாக்கியம் அல்லது பிள்ளைகளின் திருமணம், மகான்கள் தரிசனம், தீர்த்த யாத்திரை மேற்கொள்ளல், பொன், பொருள், வீடு, நிலம் சேர்க்கை, உயர் கல்வி வாய்ப்பு, அரசு ஆதரவு போன்ற நற்பலன் களாக நடைபெறும் எனலாம்.

10. வலவோட்டு மகரச் சனி திசாவுக்கு
உடல் ராசி மகரம்; உயிர் ராசி மிதுனம்

இந்த திசை காலத்தில் தேவையற்ற பிரச்சினைகள்; சண்டைச் சச்சரவுகள், வம்பு, வழக்குகள், அரசுத் தண்டனை வேலையில் மாற்றங்கள், சுற்றத்தார்களிடம் பகை, வீண் விரயச் செலவுகளால் பணப் பற்றாக்குறை, சம்பந்தமில்லாமலே வீண் பழி ஏற்படல் போன்ற கெடுபலன்கள் நடக்கும்.

11. **வலவோட்டு கும்ப சனி திசைக்கு**
    உடல் ராசி ரிஷபம்; உயிர் ராசி மிதுனம்

    இந்த திசை காலத்தில் மேலே சொல்லிய படியே அசுபமான கெடுபலன்களே நடைபெறும் எனலாம்.

12. **வலவோட்டு மீன குரு திசைக்கு**
    உடல் ராசி கடகம்; உயிர் ராசி மீனம்

    இந்தத் திசையில் வீட்டில் சுபகாரியம் நடைபெறல், பதவி உயர்வு, தொழில் முன்னேற்றம், தீர்த்தயாத்திரை, ஆலயதரிசனம், ஞானிகள் மகான்கள் தரிசனம், தனச் சேர்க்கை, புதிய வீடு, வாகனம் வாங்குதல் போன்ற நற்பலன்கள் நடைபெறும்.

இனி, இடவோட்டுத் திசைகள் பற்றி காணலாம் :

1. இடவோட்டு விர்ச்சிக செவ்வாய் திசைக்கு உடல் ராசி தனுசு; உயிர் ராசி கடகம். இதில் அசுபமான பலன்களே நடைபெறும்.

2. இடவோட்டு துலாச் சுக்கிரன் திசைக்கு உடல் ராசிகன்னி; உயிர் ராசி துலாம். இதில் சுபமான நற்பலன்களாக நடைபெறும்.

3. இடவோட்டு கன்னி புதன் திசைக்கு உயிர் ராசி கும்பம்; உடல் ராசி கன்னி; இதில் நல்ல சுபமான பலன்களாக நடைபெறும்.

4. இடவோட்டு சிம்ம சூரியன் திசைக்கு உடல் ராசி மீனம்; உயிர் இராசி விர்ச்சிகம். இதில் அசுபமான கெடுபலன்களே நடைபெறும்.

5. இடவோட்டு கடக சந்திரன் திசைக்கு உடல் ராசி மீனம்; உயிர் ராசி கடகம். இதில் சுபமான நற்பலன்களாக நடை பெறும் என்பதாம்.

6. இடவோட்டு ரிஷப சுக்கிரன் திசைக்கு உடல் ராசி மிதுனம்; உயிர் ராசி மகரம். இதில் நற்பலன்கள் நடக்கும்.

7. இடவோட்டு மேஷச் செவ்வாய் திசைக்கு உடல் ராசி தனுசு; உயிர் ராசி துலாம். இதில் கெடு பலன்களே நடைபெறும்.

8. இடவோட்டு மீன குரு திசைக்கு உடல் ராசி தனுசு; உயிர் ராசி கடகம். நற்பலன்களாக நடைபெறும்.

9. இடவோட்டு கும்பச் சனி திசைக்கு உடல் ராசி கன்னி; உயிர் ராசி துலாம்ம். இதில் அசுப பலன்களாகவே நடைபெறும்.

10. இடவோட்டு மகரச் சனி திசைக்கு உடல் ராசி கன்னி; உயிர் ராசி கும்பம். இதில் அசுப பலன்களாகவே நடைபெறும்.

11. இடவோட்டு தனுசு குரு திசைக்கு உடல் ராசி மீனம்; உயிர் ராசி விர்ச்சிகம். இதில் சுபமான நற்பலன்களாக நடைபெறும்.

இதுவரையிலும் காலச்சகர திசைகளின் பொதுவான பலன்களைப் பற்றி கண்டோம். உடுமகாதிசா போன்று நிர்ணயமான பலன்கள் காலச் சக்கர திசாவில் இல்லை. பொது சுபர்கள், பொது பாபர்கள் அடிப்படையிலேயே பலன் காண வேண்டி இருந்தாலும் திசையின் சுபர், யோகர், பாபர், மாரகர் என்ற அடிப்படையில் பலன் காண முடியும்.

இதற்கு சற்று கூடுதலான அனுபவம் தேவைப்படுகின்றது. மாரகர்களின் தசா வரும் வரை கணக்கிட்டு மாரக காலம் காணலாம். இது ஓரளவு ஒத்தும் வருகின்றது. ஆயுர்தாயக் கணக்கீடு இல்லாமல் காலச் சக்கர திசையைக் கொண்டும் ஆயுள் பலம் கணக்கிட முடியும். ஜனன கால நட்சத்திர அடிப்படையில் திசா இருப்பு அறிந்து கொண்டோம் அல்லவா, அதிலிருந்து வரிசைப்படி மற்ற திசைக்களைக் கூட்டிக் கொண்டே வரும் போது, மாரகராக வருபவரின் புத்தி வரையிலும் ஆயுள் பலம் உண்டு என்று கணக்கிடலாம்.

இது துல்லியமானது என்று குறிப்பிட்டாலும், துல்லியம் கிடைக்கும் என்று அனுபவத்தில் உறுதியாகக் கூறுவதற்கில்லை. ஏறத்தாழ வருவதுண்டு. கணக்கீடுகள் அதிகம் என்பதால் கவனமாகச் செய்ய வேண்டும். ஜோதிட சாஸ்திரத்தின் கணக்கீடுகள் அனைத்துமே முக்கிய கவனம் தேவையுள்ளது என்பதால் அநேகர் இந்த கணக்கீடுகளைத் தவிர்த்து விடுகின்றனர்.

நவாம்சம் கூட வேண்டாம் என்று ராசிக் கட்டத்தை மட்டுமே வைத்துக் கொண்டு பலன் கூறுகின்றனர். வெறும் ராசிக் கட்டமே போதும் என்றால் இத்தனை நுணுக்கமான கணக்கீடு களைக் கொடுத்திருக்க வேண்டிய அவசியமே இல்லையே. வெறும் ராசிக் கட்டம் போதுமானது அல்ல என்ற அசைக்க முடியாத காரணத்தால்தானே, ஷட் வர்க்கம், சப்த வர்க்கம், தச வர்க்கம், சோடசவர்க்கம், பதினெட்டு வர்க்கம் (அஷ்ட தச வர்க்கம்) பாவகஸ்புடம், அஷ்டவர்க்கம், ஆயுர்தாயம், காலச் சக்கரம் மற்றும் இந்து லக்னம், திதிசூன்யம், கடிகாலக்னம், ஓரா லக்னம், தாரா லக்னம், உற்பன்ன திசா, ஆதான திசா, பிராண திசா, வாமதிசா, மகாபிராணதிசா, மிருத்யு திசா, நிரியாண திசா, வருஷ - மாத - தின திசா மற்றும் ஜெய்மினி சூத்திரம், குளிகாதி

நால்வர் - தூமாதி ஐவர் சேர்ந்த உபகிரகங்கள் ஆகியனவெல்லாம் தேவையில்லையே.

இவற்றையெல்லாம் நம் முன்னோர்கள் ஏன் அளித் தார்கள். இவற்றுக்கான கணக்கீடுகளையும் அளித்து அதன் மூலம் பலன் கூறும் முறையையும் ஏன் அளித்தார்கள். இது ஒன்றுமே இல்லாத விளையாட்டு விஷயமா என்பதை வாசகர்கள் சிந்தித்து பார்க்க வேண்டும். மூலநூல்களில் தெளிவாகவே கணக்கீடுகளின் முக்கியத்துவம் பற்றி குறிப்பிடப்பட்டுள்ளது என்பது கலப்பட மில்லாத உண்மையாகும். இந்தக் கணக்கீடுகளைப் பற்றி அறிந்து கொள்ள முயற்சிக்காமல் இந்தக் கணக்கீடுகள் தேவையற்றது என்று கூறினால் எப்படி !

ஆடமுடியாதவள் தெருக் கோணல் என்று கூறியது போல் தான். எனவே நம் வாசகர்கள் விஷய ஞானம் உள்ளவர்களாக இருக்க வேண்டும் என்பதற்காகவே இந்த நுணுக்கமான கணக்கீடு களை எல்லாம் நான் அறிந்த வரை உங்களுக்கு அளித்துள்ளேன். இந்தக் கணக்கீடுகளையெல்லாம் தற்போதைய சூழ்நிலையில் அதாவது அவசரமான உலகில் செய்வது என்பது கடின முயற்சி என்றாலும் அறிந்து கொள்ள வேண்டியது அவசியமாகும். அவராவது இந்தக் கணக்கீடுகளைப் பற்றி கேட்கும் போது "தீபாவளிக்கு அறுக்க வந்த ஆடு போல்" திருதிருவென்று விழிக்கக் கூடாது அல்லவா !

அந்த அடிப்படையில்தான் காலச்சக்கர திசா பற்றியும் உங்களுக்கு விளக்கிவிட்டேன். இனி உங்கள் சாமர்த்தியத்தால் மேலும் உங்கள் ஞானத்தை வளர்த்துக் கொள்ளுங்கள்.

இனி காலச் சக்கர திசையின் புத்திகள் பற்றி சிறு கண்ணோட்டம் காணலாம். பொதுவான பலன்கள்.

காலச் சக்கர திசை [வலவோட்டு] புத்திபலன்கள்

1. I. வலவோட்டு மேஷச் செவ்வாய் திசையில் மேஷச் செவ்வாய் புத்தி காலம் 5 மாதம் 26 நாள் 24 நாழிகை ஆகும். இந்த காலகட்டத்தில் உடல் ஆரோக்கியம் பழுதுபடுதல், வீண் விரயச் செலவுகள், வம்பு, வழக்கு, கோர்ட், கச்சேரி செல்ல வேண்டியேற்படுதல், எதிரிகளால் துன்பம், அலைச்சல், பெண்கள் விஷயத்தில் அவமானம், சகோதரிப் பகை போன்றவை ஏற்படும்.

II. வலவோட்டு மேஷச் செவ்வாய் திசையில் ரிஷப சுக்கிரன் புத்திகாலம் 1 வருடம், 1 மாதம், 13 நாள், 12 நாழிகை ஆகும். இந்த கால கட்டத்தில் வாகனங்கள், வீடு, கால்நடைகளில் இழப்பு, நஷ்டம், பொன் பொருள் விரயமாதல், பெண்களால் துனபப் படல், விபத்துக்கள் ஏற்படல், தேசாந்திரம் சுற்றி அலைச்சல் படல், குடும்பத்தில் குழப்பம் மனைவியுடன் சண்டை, மனஸ்தாபம் போன்றவை ஏற்படும்.

III. வலவோட்டு மேஷச் செவ்வாய் திசையில் மிதுனபுத்தி காலம் 7 மாதம், 16 நாள், 48 நாழிகை ஆகும். இந்த கால கட்டத்தில் வாத நோய்கள், உடல் நிலை பாதிப்படைதல், எதிரிகள், பகைவர்களால் துன்பங்கள் ஏற்படுதல், வீண் விரயச் செலவும், எதிலும் அலைச்சல், தோல்விகள் என்று அசுபமான பலன்களாகவே நடக்கும் என்பதாம்.

IV. வலவோட்டு மேஷச் செவ்வாய் திசையில் கடக சந்திரன் புத்தி காலத்தில் குடும்பத்தில் சுபச் செலவுகள், உறவினர்கள் சூழுகை, ஆபரணங்கள், சொத்துக்கள் சேர்க்கை, உறவினர்கள், நண்பர்களால் ஆதாயம் போன்ற நற்பலன்கள் நடக்கும்.

V. வலவோட்டு மேஷச் செவ்வாய் திசையில் சிம்ம சூரியன் புத்திகாலம் 4 மாதம் 6 நாள். இந்தக் காலகட்டத்தில் அரசு

பதவிகள், ஆதரவுகள், வழக்குகளில் வெற்றி, தொழில் முன்னேற்றம், நல்ல சம்பாத்தியம், புகழ், கீர்த்தி, செல்வாக்கு கிடைக்கும்.

VI. வலவோட்டு செவ்வாய் திசையில், கன்னி புதன் புத்தி காலம் 7 மாதம் 16 நாள் 48 நாழிகை ஆகும். இந்த கால கட்டத்தில் பிற மாதர்கள் தொடர்பால் பிரச்சினை, வம்பு, வழக்கு போன்றவையும், மனைவியுடன் கருத்து வேறுபாடு, சண்டை, வாகனங்கள் பழுதடைதல், உடல் நிலையில் அசௌகரியங்கள், எதிரிகளால் தொல்லைகள், ஏமாற்றமடைதல் போன்ற கெடுதலான பலன்கள் நடக்கும்.

VII. வலவோட்டு செவ்வாய் திசையில் துலா சுக்கிரன் புத்தி 1 வருடம் 1 மாதம் 13 நாள் 12 நாழிகை ஆகும். இந்த கால கட்டத்தில் மனைவிக்கு நோய்த் தொல்லைகள் ஏற்படுவதுடன் கருத்து வேறுபாடுகள் தோன்றும், உறவினர்களால் தண்டச் செலவு ஏற்படும். வாகனங்கள், கால்நடைகளால் நஷ்டம், தானியங்கள் சேதம் போன்றவைகள் நடக்கும்.

VIII. வலவோட்டு செவ்வாய் திசைகளில் விர்ச்சிக செவ்வாய் புத்தி காலம் 5 மாதம் 26 நாள், 24 நாழிகை ஆகும். இந்த கால கட்டத்தில் உஷ்ணாதிக்க சம்பந்தமான நோய்கள், மற்றும் பிற பெண்கள் தொடர்பால் பாதிப்புகள், பகைவர்களால் தொல்லைகள், வம்பு வழக்கினால் தண்டணை பெறல் அல்லது கெடுபலன்களாக நடக்கும்.

IX. வலவோட்டு தனுசு குரு புத்தியின் காலம், 8 மாதம், 12 நாள் ஆகும். இந்த கால கட்டத்தில் தீர்த்த யாத்திரை, ஆலய தரிசனம், மகான்கள் தரிசனம் செய்தல், நல்ல கௌரவ பதவிகள், தெய்வ காரியங்கள் செய்தல், உபநயாசம் கேட்டல், செய் தொழிலில் மேன்மைகள் நல்ல சம்பாத்தியம், ஆரோக்கிய அபிவிருத்தி போன்ற சுபமான பலன்களைச் செய்வார்.

2. I. வலவோட்டு ரிஷப சுக்கிரன் திசையில் மகரச் சனி புத்தி காலம் 9 மாதம், 1 நாள், 3 நாழிகை, 32 விநாடி ஆகும். இந்த காலகட்டத்தில் நன்மையும், தீமையும் கலந்தே நடைபெறும் என்றாலும் சனி நல்ல பலன்களை சற்று கூட்டியே அளிப்பார். தீமைகள் குறைவாகவே இருக்கும்.

II. வலவோட்டு ரிஷப சுக்கிரன் திசையில் கும்பச் சனி புத்தி காலம் 9 மாதம், 1 நாள், 3 நாழிகை, 32 விநாடிகளாகும். இந்த காலகட்டத்தில் தொழிலில் நல்ல முன்னேற்றம், உயர்வான சம்பாத்தியம், புதிய தொழில் முயற்சிகள், நிலம், வீடு, வாகன அபிவிருத்தியும் ஏற்படும்.

III. வலவோட்டு ரிஷப சுக்கிரன் திசையில் மீன குரு புத்தி காலம் 1 வருடம், 10 மாதம், 17 நாள், 38 நாழிகை, 30 விநாடி ஆகும். இந்த காலகட்டத்தில் செய்தொழிலில் நல்ல லாபம் கிடைத்தல், மூத்த சகோதரர்களின் ஆதரவு, அரசு தொடர்பான உதவிகள், ஆலய தரிசனம், தீர்த்த யாத்திரைகள், உறவினர், நண்பர்களின் ஒத்தாசை, மன திருப்தி அளிக்கும் வாழ்க்கை நிலை இருக்கும்.

IV. வலவோட்டு ரிஷப சுக்கிரன் திசையில் மீன குருவில் இருந்து சிங்காவலோகன கதியில் விர்ச்சிக செவ்வாய்க்கு பாயும். இந்த புத்தியின் காலம் 1 வருடம், 3 மாதம், 24 நாள், 21 நாழி, 11 விநாடியாகும். இந்த கால கட்டத்தில் உஷ்ண, சிலேத்தும சம்பந்தமான நோய்கள், அரசாங்க எதிர்ப்புகள், வீண் விரயச் செலவுகள், மனநோய் தாக்குதல், வீண் அலைச்சல், காரியத் தடைகள், விபத்துக்கள், ஜலகண்டம், நெருப்பினால் பாதிப்பு, தொழில் முடக்கம் போன்றவை ஏற்படும்.

V. வலவோட்டு ரிஷப சுக்கிரன் திசையில் துலாச் சுக்கிரன் புத்தி காலம் 3 வருடம், 4 நாள், 14 நாழிகை, 7 விநாடியாகும்.

ஜோதிட ஆராய்ச்சித் திரட்டு – மூன்றாம் பாகம் \ 120

இந்த காலகட்டத்தில் வீட்டில் சுற்றங்கள் சூழும் படியாக சுப காரியங்கள் நடத்தல், தாமதமாகும் விஷயங்கள் சட்டென்று முடிவது, புதிய நண்பர்கள் சேர்க்கையால் ஆதாயம், வீடு, நிலம், வாகனம் போன்றவைகளில் நல்ல ஆதாயம், ஆடை ஆபரணச் சேர்க்கை, பெண் சுகம் போன்ற நற்பலன்களாக நடைபெறும்.

VI. வலவோட்டு ரிஷப சுக்கிரன் திசையில் கன்னி புதன் புத்தி காலம் 1 வருடம், 8 மாதம், 9 நாள், 52 நாழிகை ஆகும். ஸ்தலங்கள் தரிசனம், மகான்கள் தொடர்பு, தொழில் அபிவிருத்தி, கௌரவ பதவிகளினால் புகழ் கிடைத்தல், புத்திர வகையில் நன்மையான காரியங்கள், உடல் நலம், மன நலம் பெறுதல், பூர்வீக சொத்துக்களால் ஆதாயம்.

VII. வலவோட்டு ரிஷப சுக்கிரன் திசையில் கன்னி புதன் புத்திக்கு அடுத்து கடக சந்திரனுக்கு பாய்வது மண்டுகம் அல்லது தவளைக்கதியாகும். கடக சந்திரன் புத்திகாலம் 3 வருடம், 11 மாதம், 13 நாள், 3 நாழிகை, 32 விநாடியாகும். இந்த கால கட்டத்தில் தாயாருக்கும், சகோதர வகையிலும் நோய்த் துன்பம், மனக் கஷ்டம் ஏற்படும், ஜலகண்டம், விஷ ஜந்துக்களினால் பாதிப்பு, மனசஞ்சலம், சிலேத்தும நோய், இருதய பாதிப்பு, சில சமயம் அறுவை சிகிச்சை, பெண்களுக்கு கர்ப்பகோளாறு, பொருள் நஷ்டம், அக்கம் பக்கம் சண்டை, சச்சரவு போன்ற கெடுபலன்களாக நடக்கும்.

VIII. வலவோட்டு ரிஷப சுக்கிரன் திசையில் கடக சந்திரன் புத்தியிலிருந்து சர்ப்பகதியில் சிம்ம சூரியனுக்கு பாயும். இந்த சிம்ம சூரியன் புத்தி காலம் 11 மாதம், 8 நாள், 49 நாழிகை, 25 விநாடியாகும். இந்த காலகட்டத்தில் பித்த சம்பந்தமான நோய்கள், கண் நோய், வயிற்றுப் பிரச்சினைகள், சிலந்திக் கட்டிகள், விஷ ஜுரம் போன்றவை ஏற்படும். அரசாங்க

தொந்தரவு, வழக்கினால், சண்டையால் தன நஷ்டம், விபத்துக்கள் மற்றும் உறவினர் நண்பர் பகை ஆகியன ஏற்படும்.

IX. வலவோட்டு ரிஷப சுக்கிரன் திசையில் சிம்ம சூரியன் புத்திக்கு அடுத்து குக்குடம் எனும் கோழிக் கதியில் மிதுன புதனுக்கு பாயும். மிதுன புதன் புத்தி காலம் 1 வருடம், 8 மாதம், 9 நாள், 55 விநாடியாகும். இந்த கால கட்டத்தில் வாதநோய்க் கோளாறு மற்றும் நுரையீரல் சம்பந்தமான பாதிப்புகளும் ஏற்படும். தனவரவு இருக்கும். தொழில் அபிவிருத்தியால் ஆதாயம் உண்டாகும்.

3. I. வலவோட்டு மிதுன புதன் திசையில் ரிஷப சுக்கிரன் புத்தி காலம் 1 வருடம், 8 மாதம், 24 நாள், 34 நாழிகை, 42 விநாடி ஆகும். இந்த காலகட்டத்தில் சுபமான நற்காரியங்களுக்காக உறவு, நட்பு கூடுதல், வீடு, நிலம், வாகனம், ஆபரணச் சேர்க்கை, பெண்களால் ஆதாயம், தொல்லைகள், சிரமங்கள் விலகுதல், கௌரவங்கள் கிடைத்தல் போன்றவை நடக்கும்.

II. வலவோட்டு மிதுன புதன் திசையில் மேஷச் செவ்வாய் புத்தி காலம் 9 மாதம், 3 நாள், 51 நாழிகை, 11 விநாடியாகும். இந்தக் காலகட்டத்தில் உஷ்ணாதிக்க பித்த ரோகங்களின் தாக்குதல்; கடும் தலைவலி, நெஞ்செரிச்சல், வயிற்றுப் போக்கு, அஜீரணம், வெட்டு, நெருப்பு காயங்கள், வாகனங்களில் அடிபடல், மேலிருந்து கீழே விழுவதால் எலும்பு முறிவு, வீண் விரைய தண்டச் செலவுகள், அரசாங்க எதிர்ப்பு போன்றவை நடக்கும் என்றாலும் பொருள் வரவு இருக்கும்.

III. வலவோட்டு மிதுன புதன் திசையில் மீன குரு புத்தி காலம் 1 வருடம், 1 மாதம், 0 நாள், 21 நாழிகை ஆகும். இந்த கால கட்டத்தில், தொழிலில் அபிவிருத்தி முன்னேற்றம் ஏற்படும். பெரியவர்களின் சந்திப்பு, ஆதரவு, ஒத்தாசைகள் கிடைக்கும்.

உபந்நியாசங்கள் கேட்டல், தீர்த்த யாத்திரை, ஆலய தரிசனம், புத்திர வகையில் சுபச் செலவுகள் ஏற்படுதல் போன்றது நடக்கும்.

IV. வலவோட்டு மிதுன புதன் திசையில் கும்ப சனி புத்தி காலம் 5 மாதம், 6 நாள், 8 நாழிகை, 40 விநாடியாகும். இந்த காலகட்டத்தில் சுபகாரியங்கள் நடைபெறல், புண்ணிய ஸ்தலங் களுக்கு யாத்திரை செல்லுதல், தெய்வ காரியங்களில் முன்னுரிமை பெறல், மகான்கள், ஞானிகள் தரிசனம் பெறுவது, தகப்பனார் ஆதரவு போன்றவற்றுடன் மூட்டு வாதம் எனும் ஆர்த்ரைட்டீஸ் பாதிப்பு ஏற்படக்கூடும்.

V. வலவோட்டு மிதுன புதன் திசையில் மகரச் சனி புத்தி காலம் 5 மாதம், 6 நாள், 8 நாழிகை, 40 விநாடி ஆகும். இந்த காலகட்டத்தில் உடல் நிலையில் பாதிப்புகள், வீண் விரயச் செலவுகள், வம்பு, வழக்குகளினால் பிரச்சினைகள், பொருள் நஷ்டம் திருட்டு பயம், வீண் அலைச்சல் போன்றவைகள் ஏற்படும்.

VI. வலவோட்டு மிதுனபுதன் திசையில் தனுசு குரு புத்தி காலம் 1 வருடம், 1 மாதம், 0 நாள், 21 நாழி, 0 விநாடியாகும். இந்த காலகட்டத்தில் மனைவிக்கு பிணிபீடை, உடல்நலக் குறைவினால் செலவினங்கள், உறவுகளில் இழப்பு, பகை, அக்கம் பக்கத்தில் சண்டை, மன நிம்மதி குறையும், அதற்காக ஆலய தரிசனம், தீர்த்தயாத்திரை செல்வது நல்ல பயனளிக்கும்.

VII. வலவோட்டு மிதுன புதன் திசையில் தனுசு குரு புத்தி யிலிருந்து திசை மாறி மேஷச் செவ்வாய் புத்திக்கு சிங்காவல கோணகதியில் பாய்ந்து செல்லும். இந்த புத்தி காலம் 0 வருடம், 9 மாதம், 3 நாள், 15 நாழிகை, 11 விநாடியாகும். இந்தக் கால கட்டத்தில் லாபக் குறைவு, செய்தொழிலில் நஷ்டம், வெளி தேசப் பயணத்தால் கஷ்டம், உடல் நிலை பாதிப்படைதல், எதிரிகளால்

தொல்லை பாதிப்பு, விவசாயத்தில் நஷ்டம், நெருப்பு, ஆயுதம், வாகனங்களால் விபத்து, மூத்த சகோதரருடன் சண்டை, பகை ஏற்படக் கூடும்.

VIII. வலவோட்டு மிதுன புதன் திசையில் ரிஷப சுக்கிரன் புத்தி 1 வருஷம், 8 மாதம், 24 நாள், 34 நாழிகை, 42 விநாடி ஆகும். இந்த காலகட்டத்தில் சுபமான காரியங்களுக்கு சுபச் செலவுகள் ஏற்படும். வீடு, வாகனம், நிலம், கால்நடைகள் அபிவிருத்தி ஏற்படும், ஆபரணச் சேர்க்கையும் உண்டு, இதில் சுபமான நற்பலன்களாக நடைபெறும்.

IX. வலவோட்டு மிதுன புதன் திசாவில், மிதுன புதன் புத்தி காலம் 11 மாதம், 21 நாள், 19 நாழி, 31 விநாடியாகும். இந்த காலகட்டத்தில் தொழில், வியாபாரம் அபிவிருத்தியாகி நல்ல வருமானம் கிடைக்கும். புதிய முயற்சிகள் தொடக்கம் பெறும். குடும்பத்தில் நல்ல சுபமான காரியங்கள் நடந்து உறவு, நண்பர் சேர்க்கை ஏற்படும். மகான்கள் தரிசனம், ஆலய தரிசனம் கிட்டும். அரசு உதவிகள் கிடைக்கும். நல்ல பலன்கள் கிடைக்கும்.

4. I. வலவோட்டு கடக சந்திரன் தசா 21 வருடம் ஆகும். இதில் 1வது கடக சந்திரன் புத்தியாகும். இதன் காலம் 5 வருடம், 1 மாதம், 16 நாள், 2 நாழி ஆகும். இந்த காலகட்டத்தில் நல்ல மன உறுதியுடன் எக்காரியத்தையும் செய்து வெற்றி பெறுதல், புதிய தொழில், வியாபார முயற்சி வெற்றியும், லாபமும் கிடைத்தல், திரவசம்பந்தமான, கடல்வாழ் பிராணிகளால் ஆதாயம் கிடைக்கும். பெண்களால் ஆதாயம் உண்டு. சுபமான காரியங்கள் நடக்கும். சுகமான வாழ்க்கை அமைப்பு கிடைக்கும்.

II. வலவோட்டு கடக சந்திரன் திசாவில் சிம்ம சூரியன் புத்தி காலம் 1 வருஷம், 2 மாதம், 19 நாழி, 32 நாழிகை, 6 விநாடி ஆகும். இந்த காலகட்டத்தில் புகழ், செல்வாக்கு கூடும்,

ஆரோக்கியம் ஏற்படும், பொன் பொருள் சேர்க்கை உண்டு, எந்தக் காரியத்திலும் வெற்றி, அரசாங்க உதவிகள் ஏற்படல், எதிரிகளை வெற்றி கொள்ளல் போன்ற நற்பலன்களாகவே நடக்கும்.

III. வலவோட்டு கடக சந்திரன் திசையில் கன்னி புதன் புத்தி காலம் 2 வருஷம், 2 மாதம், 11 நாள், 9 நாழிகை, 46 விநாடி ஆகும். இந்த காலகட்டத்தில் உயர் கல்வி வாய்ப்பு, வியாபார அபிவிருத்திகள், மண் மனைசீர்திருத்தம், புதிய வரவுகள், பிள்ளைகளுக்கு நற்காரியங்கள் செய்தல் ஆகியன நடக்கும்.

IV. வலவோட்டு கடக சந்திரன் திசாவில் துலாச் சுக்கிரன் புத்தி 3 வருடம், 10 மாதம், 26 நாள், 30 நாழிகை, 42 விநாடியாகும். இந்த காலகட்டத்தில் புதிதாக நிலம், வீடு, வாகனம் வாங்குதல், பெண்களால் மகிழ்ச்சியும், ஆதாயமும் கூடுதல் வருமானம் போன்ற நல்ல பலன்களாக நடைபெறும்.

V. வலவோட்டு கடக சந்திரன் திசாவில் விர்ச்சிக செவ்வாய் புத்தி காலம் 1 வருஷம், 8 மாதம், 15 நாள், 20 நாழிகை, 56 விநாடியாகும். இந்த காலகட்டத்தில் உஷ்ணாதிக்க பித்த சம்பந்தமான வியாதிகளின் தாக்குதல், பெண்களுக்கு மாதவிடாய்க் கோளாறுகள், கர்ப்பக் கோளாறுகள், எதிரிகளால் கஷ்டமும், நஷ்டமும் ஏற்படல், திருட்டு பயம், நெருப்பு, வாகனங்களால் கண்டம் போன்ற அசுப பலன்கள் நடக்கும்.

VI. வலவோட்டு கடக சந்திரன் திசையில் தனுசு குரு புத்தி காலம் 2 வருஷம், 5 மாதம், 9 நாள், 4 நாழிகை, 1 விநாடி ஆகும். இந்த கால கட்டத்தில் ஆடை, ஆபரணச் சேர்க்கை; நிலம், வீடு, வாகன அபிவிருத்தி; வீட்டில் சுபகாரியங்கள் நடைபெறுதல்; அரசு உதவிகள்; கௌரவங்கள் கிட்டுதல்; ஆலய தரிசனம் செய்தல் போன்ற நற்பலன்கள் நடக்கும்.

VII. கடக சந்திரன் திசையில் மகரச் சனி புத்தி காலம் 11 மாதம், 21 நாள், 37 நாழிகை, 40 விநாடியாகும். இந்த கால கட்டத்தில் ஆரோக்கிய குறைவு, உடல் நிலை பாதிப்புகள்; வம்பு - சண்டையால் வழக்கு - கோர்ட் கச்சேரி ஏறுதல்; குழந்தைகளுக்கு பாதிப்புகள்; வீண் விரய - தண்டச் செலவுகள் ஏற்படுதல்; மன வருத்தம் ஏற்படுதல் போன்றவை நடக்கும்.

VIII. கடக சந்திரன் திசையில் கும்பச் சனி புத்தி காலம் 11 மாதம், 21 நாள், 37 நாழிகை, 40 விநாடியாகும். இந்த கால கட்டத்தில் முன்பு குறிப்பிட்டது போலவே அசுப துர்பலன் களாகவே நடைபெறுவதுடன் அரசாங்க தண்டனையும்; தேசாந்திரம் போதல் போன்றவையும் ஏற்படும்.

IX. கடக சந்திரன் திசையில் மீன குரு புத்தி காலம் 2 வருஷம், 5 மாதம், 9 நாள், 4 நாழிகை, 11 விநாடியாகும். இந்த கால கட்டத்தில் சுபமான நற்பலன்களாக பொன் பொருள் சேர்க்கையும் புத்திரவகையில் சுபகாரியங்களும்; அரசாங்க ஆதரவும்; மகான்கள் ஞானிகள் தரிசனமும் ஆலயசேவையும் ஏற்படும்; தன விஷயங்களில் முன்னேற்றமும் ஏற்படும்.

5. I. வலவோட்டு சிம்ம சூரியன் திசை 5 வருஷம் ஆகும். இதில் விர்ச்சிக செவ்வாய் புத்தி காலம் 4 மாதம், 6 நாள் ஆகும். இந்த காலகட்டத்தில் நிலம் - விவசாய அபிவிருத்தி; ஆடை ஆபரணச் சேர்க்கை; அரசாங்க விருது - கௌரவம் - பதவி கிடைத்தல்; தகப்பனார் சகோதரர் ஆதரவு; பகைவர்களை வெற்றி கொள்ளல்; உஷ்ணாதிக்க சிலேத்தும சம்பந்தமான நோய்த் தாக்குதல் ஏற்படும்.

II. வலவோட்டு சிம்ம சூரியன் திசையில் துலாம் சுக்கிரன் புத்தி காலம் 9 மாதம், 18 நாள் ஆகும். இந்த கால கட்டத்தில் உடல் நிலையில் பாதிப்புகள் ஏற்படும். கண்நோய், பெண்கள்

தொடர்பான வியாதிகள் மற்றும் சிலேத்தும நோய்கள் தாக்கும். கால்நடை - வண்டி - வாகனம் - வீடு - நிலம் போன்றவற்றில் நஷ்டம் உண்டாகும். பெண்களால் சண்டைச் சச்சரவு ஏற்படும்.

III. வலவோட்டு சிம்ம சூரியன் திசையில் 3வது கன்னி புதன் புத்தி காலம் 5 மாதம், 12 நாள் ஆகும். இந்த காலகட்டத்தில் உயர்கல்வி வாய்ப்பு; வியாபாரம் - தொழிலில் அபிவிருத்திகள் - முன்னேற்றம்; பயணங்களால் வெற்றியும் ஆதாயமும் ஏற்படல்; பெருமை - புகழ் சேரும்; வாத சம்பந்தமான நோய்த் தாக்குதல் ஏற்படக் கூடும்; வாந்தி - பேதி போன்றவையும் ஏற்படலாம்.

IV. வலவோட்டு சிம்ம சூரியன் திசையில் 4வதாக கடக சந்திரன் புத்தி காலம் 1 வருடம், 0 மாதம், 18 நாட்களாகும். இந்த காலகட்டத்தில் தாயாருக்கு அசௌகரியம் உடல்நிலை பாதிப்புகள்; பெண் குழந்தைகளுக்கு கண்டம்; தனக்கு நீரினால் கண்டம்; சிலேத்தும நோய்களின் பாதிப்புகள்; வயிற்றுக் கோளாறுகள்; அக்கம் பக்கத்தில் வீண் விரய தண்டச் செலவுகள் போன்றவை ஏற்படும்.

V. வலவோட்டு சிம்ம சூரியன் திசையில் 5வதாக சிம்ம சூரியன் புத்தி காலம் 3 மாதமாகும். இந்த காலகட்டத்தில் உஷ்ணாதிக்க சம்பந்தமான நோய்கள்; சிலந்திக் கட்டிகள்; கண் நோய் தலைவலி; அலைச்சல் நிறைந்த பிரயாணங்கள்; வீண் விரய தண்டச் செலவுகள்; சிறு சிறு சண்டைகள்; தகப்பனாருக்கு சுகவீனங்கள் போன்றவை ஏற்படும்.

VI. வலவோட்டு சிம்ம சூரியன் திசையில் 6வதாக மிதுன புத்தி காலம் 5 மாதம் 12 நாட்களாகும். இந்த காலகட்டத்தில் சுற்றத்தார்களால் வீண் விரயச் செலவுகள் ஏற்படும்; மனக் கலக்கம், புத்தி தடுமாற்றத்தால் குழப்பமான நிலை ஏற்படும். சங்கடங்கள் சஞ்சலங்கள் உண்டாகும்; வாத சம்பந்தமான

நோய்த் தாக்குதல்கள் ஏற்படும். மாமன் - அத்தை வகையில் பிரச்சினைகள் ஏற்படக்கூடும்.

VII. வலவோட்டு சிம்ம சூரியன் திசையில் 7வதாக ரிஷப சுக்கிரன் புத்தி காலம் 9 மாதம், 18 நாள் ஆகும். இந்த கால கட்டத்தில் பிற பெண்கள் தொடர்பால் பிரச்சினைகள்; வீடு - நிலம் - வாகனம் போன்றவற்றில் நஷ்டம்; அரசாங்கத்தால் துன்பம்; மனைவியிடம் மனஸ்தாபம்; சிலேத்தும நோய்த் தாக்குதல்; திருட்டு போன்றவற்றால் பொன் பொருள் இழப்பு; வயிற்றுக் கோளாறுகள், குளிர் ஜுரம் தாக்குதல் போன்ற அசுப பலன்களாக நடக்கும்.

VIII. வலவோட்டு சிம்ம சூரியன் திசையில் 8வதாக மேஷச் செவ்வாய் புத்தி காலம் 4 மாதம் 6 நாள் ஆகும். இந்த கால கட்டத்தில் உஷ்ணாதிக்க சம்பந்தமான நோய்கள்; தகப்பனார் சகோதரர்களிடம் மனஸ்தாபம்; அரசாங்கத்தால் பிரச்சனைகள்; பொருள் இழப்புகள் போன்றவை ஏற்படும்.

IX. வலவோட்டு சிம்ம சூரியன் திசையில் 9வதாக மீன குரு புத்திகாலம் 6 மாதங்களாகும். இந்த கால கட்டத்தில் தகப்பனார், புத்திரர்களால் ஆதாயம்; வீட்டில் சுபகாரியங்கள் நடந்து சுற்றம் சூழல்; அரசாங்க உதவிகள் - விருதுகள் - கௌரவங்கள் கிடைத்தல்; அரசியல் ஆன்மீக தொடர்புகள்; எதிரிகளை வெற்றி கொள்ளல்; சரளமான தனவரவுகள் ஏற்படும்.

இந்த திசையில் புத்தி காலங்களில் 3வதாக கன்னி புதன் புத்தி முடிந்ததும் கடக சந்திரனுக்கு தாவி; மறுபடியும் சிம்மத்துக்கு பாய்ந்து, சிம்மத்திலிருந்து ஒரே தாவாக மிதுனத்துக்கு தாவிச் செல்லும் சர்ப்பகதி, தவளைக்கதி என்று மாறிச் செல்வதைக் கவனிக்க வேண்டும். இம்மாதிரி செல்லும் போது சுப பலன் களுக்கு மாறாக அசுப பலன்களாக நடப்பதும் உண்டு.

6. I. வலவோட்டு கன்னி புதன் திசை வருஷம் 9. இதில் 1வது கும்பசனி புத்தியாகும். இதன் கால அளவு 5 மாதம், 2 நாள், 28 நாழிகை, 14 விநாடியாகும். இந்தக் காலகட்டத்தில் உடல் நலிவுகள், மூட்டு வாதம், நரம்புத் தளர்ச்சி போன்ற பாதிப்புகள்; எதிரிகளால் தொல்லைகள்; தீயால் திருடர்களால் பொருள் இழப்புகள்; கீழ் ஜாதிக்காரர்களால் பிரச்சினை சண்டை ஏற்படும்.

II. வலவோட்டு கன்னி புதன் திசையில் 2வதாக மகர சனி புத்தி 5 மாதம், 2 நாள், 28 நாழிகை, 14 விநாடியாகும். இந்த காலகட்டத்தில் செய்வினை, பில்லி சூனியம் போன்றவற்றால் பாதிப்பு ஏற்படல்; வயிற்றுக் கோளாறு - தொடைவாளை போன்ற நோய்த் துன்பங்கள்; விரய தண்டச் செலவுகள்; சண்டை சச்சரவு களால் கோர்ட் கச்சேரி செல்லுதல் ஏற்படும்.

III. வலவோட்டு கன்னி புதன் திசையில் 3வதாக தனுசு குரு புத்தி காலம் 1 வருஷம், 0 மாதம், 21 நாள், 10 நாழிகை, 35 விநாடியாகும். இந்த காலகட்டத்தில், ஆடை ஆபரணச் சேர்க்கையும்; உயர்கல்வி வாய்ப்பும்; தெய்வகாரியங்களில் ஈடுபாடும்; ஆலய தரிசனம் - மகான்கள் தரிசனமும் கிடைக்கும்; அரசு ஆதரவு - கௌரவ பதவிகள் கிடைக்கும்.

IV. வலவோட்டு கன்னி புதன் திசையில் 4வதாக ஒரே தாவாக மேஷச் செவ்வாய் சிங்காவலோகனகதியில் அல்லது துரக கதியில் தாவிச் செல்லும். மேஷச் செவ்வாய் புத்தி காலம் 8 மாதம், 26 நாள், 49 நாழிகை, 15 விநாடியாகும். இந்தக் காலகட்டத்தில் ஆயுதங்கள், வாகனங்கள், நெருப்பு, கால்நடைகளால், உயரத் திலிருந்து விழுதல் போன்றவைகளால் கண்டங்கள் ஏற்படும். உஷ்ணாதிக்க பித்த சம்பந்தமான நோய்த் தாக்குதல் ஏற்படக் கூடும். அரசாங்க தண்டனை; நண்பர் - சுற்றத்தார்களிடம் பகை ஏற்படும்.

V. வலவோட்டு கன்னி புதன் திசையில் ரிஷப சுக்கிரன் புத்தி காலம் 1 வருடம், 8 மாதம், 9 நாள், 52 நாழிகை, 57 விநாடி ஆகும். இந்த கால கட்டத்திலி கால்நடைகளால் ஆதாயம்; நிலம் - வீடு - வாகன அபிவிருத்தி; ஆடை ஆபரணச் சேர்க்கை; நண்பர்கள் - உறவினர்கள் சேர்க்கையால் மகிழ்ச்சி; மனைவியால் சந்தோஷம்; குழந்தைகள் வகையில் சுபச் செலவுகள்.

VI. வலவோட்டு கன்னி புதன் திசையில் மிதுன புத்தி காலம் 11 மாதம், 13 நாள், 3 நாழிகை, 32 விநாடியாகும். இக்கால கட்டத்தில் செய்தொழில் - வியாபாரத்தில் நல்ல உயர்வு - முன்னேற்றம் ஏற்படல்; லாட்டரி - சூதாட்டம் போன்றவற்றில் ஆதாயம்; குடும்பத்தில் சுபகாரியங்கள் நடக்கும்; மாதுல வர்க்கத்தால் ஆதாயம் கிடைத்தல்; புதிய தொழில் முயற்சிகள் ஏற்படும்.

VII. வலவோட்டு கன்னி புதன் திசையில் கடக சந்திரன் புத்தி காலம் 2 வருடம், 2 மாதம், 20 நாள், 20 நாழி, 14 விநாடி ஆகும். இந்த காலகட்டத்தில் தாயாருக்கும், வீட்டில் உள்ள பெண்களுக்கும் உடல்நிலை பாதிப்பு ஏற்படும்; தனக்கும் சிலேத்தும சம்பந்தமான நோய்கள்; கால்நடை - வாகனங்கள் - பயிர்த்தொழில் போன்றவைகளில் லாபம் ஏற்படும்.

VIII. வலவோட்டு கன்னி புதன் திசையில் சிம்ம சூரியன் புத்தி காலம் 6 மாதம், 10 நாள், 35 நாழிகை, 18 விநாடியாகும். இந்த காலகட்டத்தில் அரசு உதவிகள், உயர் பதவிகள், ஆடை ஆபரணச் சேர்க்கை, சம்பாத்தியத்தில் உயர்வு, தொழில் முன்னேற்றம், உஷ்ணாதிக்க சம்பந்தமான உடல் கோளாறுகள் ஏற்படும்.

IX. வலவோட்டு கன்னி புதன் திசையில் 9வதாக கன்னி புதன் புத்தி காலம் 11 மாதம், 13 நாள், 3 நாழிகை ஆகும். இந்த

காலகட்டத்தில் வீட்டில் சுபகாரியங்கள் நடத்தலால் சுற்றங்கள் சூழல், வாகனம், வீடு, ஆபரணங்கள் சேர்க்கை, மாதுல வகையில் ஆதரவு, உதவிகள் கிடைத்தல், அரசாங்க ஆதரவு போன்ற நல்ல காரியங்கள் நடைபெறும்.

7. I. வலவோட்டு துலாச் சுக்கிரன் திசை வருடம் 16. இதில் முதலாவதாக துலாச் சுக்கிரன் புத்தி காலம் 3 வருஷம், 1 மாதம், 0 நாள், 21 நாழிகை ஆகும். இந்த காலகட்டத்தில் நிலம், வீடு, வாகனம், கால்நடைகள், அபிவிருத்தி, தொழில் முன்னேற்றம், வருமானம் அதிகரிப்பு, சுற்றுலா போன்ற கேளிக்கைகள், மனம் மகிழும்படியான காரியங்கள் போன்ற நற்பலன்கள் நடக்கும்.

II. வலவோட்டு துலாச் சுக்கிரன் திசையில் 2வதாக விருச்சிக செவ்வாய் புத்தி காலம் 1 வருஷம், 4 மாதம், 5 நாள், 46 நாழிகை, 59 விநாடியாகும். இந்த காலகட்டத்தில் உஷ்ணாதிக்க சம்பந்தமான நோய் தாக்குதல்; சிலந்திக் கட்டிகள், வயிற்றுப் போக்கு, வெட்டு, நெருப்புக் காயம், விஷ ஜந்துக்களால் பாதிப்புகள்; அறுவை சிகிச்சை; வீண் விரயச் செலவுகள், சகோதரர், மனைவி, பெற்றோருக்கு பாதிப்புகள் போன்றவை ஏற்படும்.

III. வலவோட்டு துலாச் சுக்கிரன் திசையில் 3வதாக தனுசு குரு புத்தி காலம் 1 வருடம், 11 மாதம், 3 நாள், 58 நாழிகை, 33 விநாடியாகும். இந்த காலகட்டத்தில் புத்திர வகையில் சுப காரியங்கள்; உயர்கல்வி வாய்ப்பு; ஆலய தரிசனம், தீர்த்த யாத்திரை, மகான்கள், ஞானிகள், குரு கார்ய சேவை; அரசாங்க ஆதரவு; உத்தியோக உயர்வு போன்றவை ஏற்படும்.

IV. வலவோட்டு துலாச் சுக்கிரன் திசையில் 4வதாக மகரச் சனி புத்தி காலம் 9 மாதம், 7 நாள், 35 நாழிகை, 26 விநாடி ஆகும். இக்கால கட்டத்தில் தொழில் நஷ்டம்; வீண் விரயச்

செலவுகள்; தகப்பனார் உடல்நிலை பாதிப்பு, அரசாங்கத்தால் கஷ்டம்; திருடர்களால் இழப்பு; விபத்துக்கள் போன்றவை ஏற்படும்.

V. வலவோட்டு துலாச் சுக்கிரன் திசையில் 5வதாக கும்பச் சனி புத்தி காலம் 9 மாதம், 7 நாள், 35 நாழிகை, 26 விநாடி ஆகும். இந்த கால கட்டத்தில் எதிரிகளால் தொல்லை, சண்டை, கலகம், கோர்ட் கச்சேரி வழக்கு ஏற்படல்; திருட்டுப் போதல்; உடல்நிலை, மனநிலை பாதிப்பு போன்று ஏற்படும்.

VI. வலவோட்டு துலாச் சுக்கிரன் திசையில் 6வதாக மீன குரு புத்தி காலம் 1 வருடம், 11 மாதம், 3 நாள், 58 நாழிகை, 33 விநாடியாகும். இந்த காலகட்டத்தில் தீர்த்தயாத்திரை, ஆலய தரிசனம், பெரிய மனிதர்கள் சந்திப்பு; தர்மகாரியங்கள் செய்தல்; வீட்டில் குழந்தை பிறப்பு போன்ற சுபகாரியங்கள் நடைபெறுதல் போன்ற நல்ல பலன்களாக நடைபெறும் எனலாம்.

VII. துலாச் சுக்கிரன் திசையில் மீன குரு புத்தி முடிந்ததும் சிங்காவலோகன கதியில் விருச்சிக செவ்வாய் புத்திக்கு பாயும். இந்த விருச்சிக புத்தி காலம் 1 வருடம், 4 மாதம், 5 நாள், 46 நாழிகை, 59 விநாடியாகும். இதில் முன்பு இந்த புத்தியில் குறிப்பிட்டது போல் கெட்ட பலன்களாகவே நடக்கும்.

VIII. வலவோட்டு சுக்கிரன் திசையில் துலாச் சுக்கிரன் புத்தி காலம் 3 வருடம், 1 மாதம், 0 நாள், 21 நாழிகை, 41 விநாடி ஆகும். இந்த காலகட்டத்தில் நிலபுலன், வீடு, வாகன, கால்நடை அபிவிருத்தி, சுபகாரியங்கள் நடைபெறல்; ஆடை ஆபரணச் சேர்க்கை ஆகியன நடைபெறும்.

IX. வலவோட்டு சுக்கிரன் திசையில் கன்னி புதன் புத்தி காலம் 1 வருடம், 8 மாதம், 24 நாள், 34 நாழிகை, 42 விநாடியாகும். இந்த காலகட்டத்தில் வீட்டில் சுபகாரியங்களுக்காக சுற்றம் சூழல்,

நண்பர்கள் வருகை; வாகன சேர்க்கை; சுற்றுலா, பிரயாணம் போவது போன்றவை ஏற்படும்.

8. I. வலவோட்டு விருச்சிக செவ்வாய் திசை காலம் 7 வருஷம் ஆகும். இதில் முதலாவதாக வருவது கடக சந்திரன் புத்தி ஆகும். இதன் காலம் 1 வருடம், 8 மாதம், 15 நாள், 20 நாழிகை, 56 விநாடியாகும். இந்த காலத்தில் பெண்கள் சௌக்கியம்; ஆடை ஆபரணச் சேர்க்கை; வெளிதேச பிரயாணம் அல்லது நீர்நிலைகளுக்கு சுற்றுலா செல்லுதல் போன்றவை ஏற்படும்.

II. வலவேலாட்டு விருச்சிக செவ்வாய் திசையில் இரண்டாவதாக சிம்ம சூரியன் புத்தி காலம் 4 மாதம், 26 நாள், 36 நாழிகை, 42 விநாடியாகும். எதிரிகளை வெற்றி கொள்ளல்; வழக்குகளில் வெற்றி; அரசாங்க ஆதரவுகள்; தொழில் வியாபார அபிவிருத்திகள்; வெளிப் பிரயாணங்களால் ஆதாயம்; உஷ்ணாதிக்க சம்பந்தமான கோளாறுகளும் ஏற்படும்.

III. வலவோட்டு விருச்சிக செவ்வாய் திசைகளில் கதி மாறி மிதுனத்துக்கு பாய்ந்து செல்லும். மிதுன புதன் புத்தி காலம் 8 மாதம்; 23 நாள்; 43 நாழிகை; 15 விநாடியாகும். தவளைக் கதியில் செல்லும் இந்த புத்தி காலத்தில் வாத சம்பந்தமான நோய்கள்; அல்ஸர்; மனக்கோளாறு; அக்கம் பக்கம் சண்டை, சச்சரவு; அதனால் மனவருத்தம்; வீண் தண்டச் செலவுகள், திருட்டு பயம் போன்றவை ஏற்படும்.

IV. வலவோட்டு விருச்சிக செவ்வாய் திசையில் ரிஷப சுக்கிரன் புத்தி காலம் 1 வருஷம், 3 மாதம், 18 நாள், 50 நாழிகை, 14 விநாடியாகும். இந்த காலகட்டத்தில் பெண்கள் தொடர்பான வியாதிகள்; கால்நடை, வாகனங்களால் நஷ்டம்; மனைவிக்கு உடல்நலக் கோளாறுகள்; குழந்தைகளின் படிப்பு தடை போன்றவைகள் ஏற்படும்.

V. வலவோட்டு விருச்சிக செவ்வாய் திசையில் மேஷச் செவ்வாய் புத்தி காலம் 6 மாதம், 25 நாள், 6 நாழிகை, 50 விநாடியாகும். இந்த காலகட்டத்தில் கடும் தலைவலி; நரம்புச் சிலந்தி; காமாலை; விஷக்காய்ச்சல்; அரச தண்டனை; திருட்டுப் பயம்; எதிரிகளால் தொல்லை; கடன் பாதிப்புகள், விபத்துக்கள் போன்ற கெடுபலன்களாக நடக்கும்.

VI. வலவோட்டு விருச்சிக செவ்வாய் திசையில் மீன குரு புத்தி காலம் 9 மாதம், 23 நாள், 1 நாழிகை, 24 விநாடியாகும். இக்காலகட்டத்தில் அரசாங்க உதவிகள்; புதிய தொழில் முயற்சிகள்; கல்வி அபிவிருத்தி; தீர்த்தயாத்திரை, ஆலய தரிசனம்; பெரிய மனிதர்களைச் சந்தித்தல்; தன விஷயங்களில் திருப்தியான நிலை போன்ற நல்ல பலன்கள் நடக்கும்.

VII. வலவோட்டு விருச்சிக செவ்வாய் மகர சனி புத்தி காலம் 3 மாதம், 27 நாள், 12 நாழிகை, 33 விநாடியாகும். இந்த கால கட்டத்தில் கீழ் ஜாதி பெண்கள் தொடர்பு ஏற்படும். அதனால் சில பிரச்சினைகள் ஏற்படலாம்; உடல் நலக்கோளாறுகளால் சுகக் குறைவுகள்; எதிரிகளால் தொல்லை; எதிர்பாரா சிக்கல்களால் கடும் அலைச்சல் ஏற்படும்.

VIII. வலவோட்டு விருச்சிக செவ்வாய் மகர சனி புத்தி காலம் 3 மாதம், 27 நாள், 12 நாழிகை, 33 விநாடியாகும். இந்த கால கட்டத்தில் காரியத் தடை; கீழ் ஜாதி பெண்கள் தொடர்பால் பால்வினை நோய்கள் தாக்குதல்; கால்நடை - வாகனங்களால் ஆபத்து; வம்பு - வழக்கு - தண்டனை; திருடர்களால் பொருள் நஷ்டம் போன்றவை ஏற்படும்.

IX. வலவோட்டு விருச்சிக செவ்வாய் திசையில் தனுசு குரு புத்தி காலம் 9 மாதம், 23 நாள், 1 நாழிகை, 24 விநாடியாகும். இந்த காலகட்டத்தில் ஆயுதங்களால் விபத்து; உடல்நலக் குறைவு;

உறவினர்கள் - அரசாங்கத்தால் உதவிகள்; பெரிய மனிதர்கள் சந்திப்பால் ஆதாயம்; புத்திர வகையில் சுபகாரியங்கள் போன்றவை நடக்கும்.

9. I. வலவோட்டு தனுசு குரு திசை 10 வருடங்கள். இதில் முதலாவதாக மேஷச் செவ்வாய் புத்தி காலம் 8 மாதம், 12 நாள்களாகும். இந்த காலகட்டத்தில் செய்தொழில்; வியாபார அபிவிருத்தி; விவசாய பலிதம்; கால்நடை - வாகனங்களால் ஆதாயம்; விளையாட்டு போன்றவைகளில் நாட்டம் - வெற்றி; அரசாங்க ஆதரவு; எதிரிகளை வெற்றிகொள்ளல்.

II. வலவோட்டு தனுசு குரு திசையில் 2வதாக ரிஷப சுக்கிரன் புத்தி காலம் 1 வருடம், 7 மாதம், 6 நாள். இந்தக் காலகட்டத்தில் பெண்களால் உயர்வு, ஆதாயம்; குடும்பத்தில் யாகம் - ஹோமம் - பூஜை போன்றவை அந்தணர்களால் நடத்தல்; வீடு - வாகன - நிலம் அபிவிருத்தி; கால்நடைகளால் ஆதாயம்; சுகமான இடங் களுக்கு மகிழ்ச்சியுடன் சுற்றுலா செல்லல்; கலை சம்பந்தமான விஷயங்களில் நாட்டங்கள் ஏற்படும்.

III. வலவோட்டு தனுசு குரு திசையில் மிதுன புத்தி காலம் 10 மாதம், 24 நாள் ஆகும். இந்த காலகட்டத்தில் மனைவியிடம் மனஸ்தாபம் - சண்டை; வருமானக் குறைவு; பலவகைகளிலும் மனக்கஷ்டம்; அக்கம் பக்கத்தாரால் பிரச்சனை போன்றவைகள் ஏற்படும்.

IV. வலவோட்டு தனுசு குரு திசையில் கடக சந்திரன் புத்தி 2 வருடம், 1 மாதம், 6 நாள் ஆகும். இந்த காலகட்டத்தில் வெளி தேச பிரயாணம் செல்வது; தீர்த்தயாத்திரை - ஆலய தரிசனம்; தாயார் மற்றும் வீட்டில் உள்ள பெண்களுக்கு நன்மை; குழந்தை களின் உயர்படிப்பு - அல்லது திருமணத்துக்கான வாய்ப்புகள்; நீர்நிலைகள் அபிவிருத்தி; அரசாங்க கௌரவங்கள், பதவிகள்

கிடைத்தல்; மகான்கள் - குரு தரிசனம் போன்ற நல்ல பலன்களாக நடைபெறும் என்பதாம்.

V. வலவோட்டு தனுசு குரு திசையில் சிம்ம சூரியன் புத்தி காலம் 6 மாதமாகும். இந்த காலகட்டத்தில் தகப்பனார் உடல் நிலை பாதித்தல்; பங்காளிகளிடம் வீண் மனஸ்தாபம்; அரசாங்க உதவிகள் கிடைத்தல்; தொழில் அபிவிருத்தி - உயர்வு - முன்னேற்றங்கள் ஏற்படல்; சொத்து சேர்க்கை போன்றவை ஏற்படும்.

VI. வலவோட்டு தனுசு குரு திசையில் கன்னி புதன் புத்தி காலம் 10 மாதம், 24 நாட்களாகும். இந்த காலகட்டத்தில் மாமன் - அத்தை எனும் மாதுல வர்க்கத்தால் பிரச்சனை - துன்பங்கள்; செய்தொழில் - வியாபாரத்தில் தேக்கம் - நஷ்டம்; தொழில் செய்யும் இடங்களில் வீண் மனஸ்தாபம் - சண்டைகள்; அக்கம் பக்கத்தில் பிரச்சனைகள் - பணியாட்களிடம் வீண் நிஷ்டூரம் போன்ற கெடுபலன்களாக நடைபெறும்.

VII. வலவோட்டு தனுசு குரு திசையில் துலாச் சுக்கிரன் புத்தி காலம் 1 வருடம், 7 மாதம், 6 நாட்களாகும். இந்த காலகட்டத்தில் எதிரிகளால் துன்பம்; பிரயாணத்தால் நஷ்டம்; மனைவிக்கு உடல்நிலைக் கோளாறு; சுற்றம் சூழுதலால் விரயச் செலவுகள் - தனநஷ்டம்; வண்டி - வாகனக் கோளாறு; கால்நடைகள் விரயம் போன்றவை ஏற்படும்.

VIII. வலவோட்டு தனுசு குரு திசையில், தனுசு குரு புத்தி காலம் 1 வருடமாகும். இந்த காலகட்டத்தில் மனம் மகிழும்படியான நிகழ்ச்சிகள்; பெரிய மனிதர்கள் உதவி - ஆதரவு; மகான்கள் - ஞானிகள் - ஆலய தரிசனம்; தெய்வ காரியங்கள் செய்தல்; புத்திர வகையில் சுபகாரியங்கள்; கௌரவப் பதவிகள் கிடைத்தல்; சமுதாயத்தில் உயர்ந்த ஸ்தானம்; செல்வாக்கு - சொல்வாக்கு ஆகியன ஏற்படும்.

10. I. வலவோட்டு மகரச் சனி திசை 4 வருடம். இதில் முதலாவதாக மகரச் சனி புத்தி 2 மாதம், 7 நாள், 45 நாழிகை, 53 விநாடியாகும். இந்தக் காலகட்டத்தில் மூட்டு வாதம் - அஜீர்ணம் - வயிற்றுக் கோளாறுகள் - விஷ ஜுரம் போன்றவை களும்; குடும்பத்தில் சண்டை - சச்சரவுகள்; அக்கம்பக்கத்தில் கலகம்; கீழ்ஜாதிப் பெண்களால் பிரச்சனைகள்; மனக்கவலை; வெளிபிரயாணத்தால் கஷ்டம் - நஷ்டம் போன்றவை ஏற்படும்.

II. வலவோட்டு மகரச் சனி திசையில் இரண்டாவதாக கும்பச் சனி புத்தி காலம் 2 மாதம், 7 நாள், 45 நாழிகை, 53 விநாடி ஆகும். இந்த காலகட்டத்தில் வீட்டில் சுபமான செலவுகள்; சுற்றுப்புறத்தில் கௌரவம் ஏற்படல்; புதிய தொழில், வியாபார முயற்சிகள் தொடங்குதல்; தன்னம்பிக்கை - தைரியம் ஏற்படுதல் போன்ற நல்ல பலன்களாக நடக்கும்.

III. வலவோட்டு மகரச் சனி திசையில் 3வதாக மீன குரு புத்தி காலம் 5 மாதம், 19 நாள், 24 நாழிகை, 42 விநாடியாகும். இந்த காலகட்டத்தில் புத்திரர்களால் நன்மை - உயர்வு - சுபச்செலவுகள்; தீர்த்தயாத்திரைகள்; பெரிய மனிதர்கள் சந்திப்பு; தனவரவுகள் - ஆதாயங்கள்; பொதுச் சேவை - தெய்வ காரியங்கள் செய்தல் போன்ற நன்மையான பலன்கள் நடக்கும்.

IV. வலவோட்டு மகரச் சனி திசையில் மீன குரு புத்திக்கு அடுத்து திசை மாறி சிங்காவலோகன கதியில் விருச்சிக செவ்வாய் புத்திக்கு பாயும். இந்த காலம் 3 மாதம், 28 நாள், 35 நாழிகை, 4 விநாடி ஆகும். இந்த காலகட்டத்தில், பொருள் நஷ்டம்; திருடர் பயம்; எதிரிகளால் தொல்லை; பிரயாணத்தால் சங்கடம்; ஆயுதம் - நெருப்பு - விலங்கு - விஷஜந்துக்களால் ஆபத்து; பெண்களால் மனக்கஷ்டம், பொருள் இழப்பு போன்றவை ஏற்படும்.

V. வலவோட்டு மகரச் சனி திசையில், துலாச் சுக்கிரன் புத்தி காலம் 9 மாதம், 1 நாள், 3 நாழிகை, 35 விநாடியாகும். இந்த காலகட்டத்தில் குடும்பத்தில் சுபகாரியங்கள் நடைபெறல்; பெண்களால் ஆதாயம் - வரவு; ஆடை - ஆபரணம் - வீடு - நிலம் - வாகனச் சேர்க்கை; ஆரோக்கியம் - கௌரவம் - உயர்வு - நல்ல நம்பிக்கை போன்றவை ஏற்படும்.

VI. வலவோட்டு மகரச் சனி திசையில் கன்னி புதன் புத்தி காலம் 5 மாதம், 2 நாள், 28 நாழிகை, 14 விநாடியாகும். இந்த காலகட்டத்தில் எல்லாக் காரியங்களிலும் வெற்றி; பெரியோர்கள் - மகான்கள் ஆதரவு; கேளிக்கைகள் - விளையாட்டில் ஆர்வம்; அழகான பெண்கள் தொடர்பினால் சுகம்; சுற்றம் சூழல் போன்ற நன்மையான காரியங்கள் நடக்கும்.

VII. வலவோட்டு மகரச் சனி புத்தியில் கன்னி புதன் புத்திக்கு அடுத்து தவளைக் கதியில் கடக சந்திரன் புத்திக்கு பாயும். கடக சந்திரன் புத்தி காலம் 11 மாதம், 25 நாள், 45 நாழிகை, 53 விநாடியாகும். இந்த காலகட்டத்தில் தாயார் - மற்றும் வீட்டுப் பெண்களுக்கு உடல்நிலை கோளாறுகள் - வைத்தியச் செலவுகள்; பிற மாதர்களால் பிரச்சனை; அகால நேரத்தில் அலைச்சல்; மனைவியிடம் மனஸ்தாபம்; காரியத் தடை, நஷ்டம் -விரயம்; உடல்நல பாதிப்புகள் போன்றவை ஏற்படும்.

VIII. வலவோட்டு மகரச் சனி திசையில் கடக சந்திரன் புத்திக்கு அடுத்து சர்ப்ப கதியில் சிம்ம சூரியன் திசைக்கு புரளும். சிம்ம சூரியன் புத்தி காலம் 2 மாதம், 24 நாள், 42 நாழிகை, 21 விநாடி ஆகும். இந்த காலகட்டத்தில் மார்பு வலி - சிலந்திக் கட்டிகள் - கண் நோய் - மஞ்சள் காமாலை - விஷ ஜுரம் - அம்மை நோய் பேன்றவையும்; எதிரிகள் - திருடர்களால் - மின்சாரத்தால் பாதிப்புகள் ஏற்படும்.

IX. வலவோட்டு மகரச் சனி திசையில் சிம்ம சூரியன் புத்திக்கு அடுத்து குக்குடக் கதியில் மிதுன புதன் புத்திக்கு பாயும். இந்த காலம் 5 மாதம், 2 நாள், 28 நாழிகை, 14 விநாடியாகும். இந்த காலகட்டத்தில் கன்னி புதன் புத்தி போலவே நல்லது நடக்கும்.

11. I. வலவோட்டு கும்பச் சனி திசை 4 வருடமாகும். இதில் முதலாவதாக ரிஷப சுக்கிரன் புத்தி காலம் 9 மாதம், 7 நாள், 35 நாழிகை, 25 விநாடியாகும். இந்த காலகட்டத்தில் கால்நடைகள் - வாகனங்களால் ஆதாயம்; வீடு - நிலம் சேர்க்கை; வீட்டில் சுபகாரியங்கள் நடத்தல்; சுகமான பிரயாணங்கள்; தொழில் - வியாபார முன்னேற்றம்; உத்தியோக உயர்வு; நல்ல கௌரவம் கிடைத்தல் போன்ற நல்ல காரியங்கள் நடக்கும்.

II. வலவோட்டு கும்பச் சனி திசையில் 2வதாக மேஷச் செவ்வாய் புத்தி காலம் 4 மாதம், 1 நாள், 26 நாழிகை, 45 விநாடி ஆகும். இந்த காலகட்டத்தில் உடல்நிலையில் உஷ்ணாதிக்க பித்த சம்பந்தமான கோளாறுகள்; மனசஞ்சலம் - சங்கடம் - குழப்பம்; சகோதரர்களிடம் மனஸ்தாபம்; எதிரிகளால் தொல்லை; விபத்துக்கள் வீண் அலைச்சல் போன்றவை ஏற்படும்.

III. வலவோட்டு கும்பச் சனி திசையில் 3வதாக மீன குரு புத்தி காலம் 5 மாதம், 23 நாள், 29 நாழிகை, 38 விநாடியாகும். இந்த காலகட்டத்தில் சமூக மதிப்பு - அந்தஸ்து உயருதல்; பொன் - பொருள் - செல்வம் அபிவிருத்தி; நல்லோர்கள் - பெரிய மனிதர்களின் நட்பால் நன்மை; பிள்ளைகளுக்கு நல்ல காரியங்கள் செய்தல்; குலதெய்வ வழிபாடு போன்றவை நடக்கும்.

IV. வலவோட்டு கும்பச் சனி திசையில், கும்ப சனி புத்தி காலம் 2 மாதம், 9 நாள், 23 நாழிகை, 52 விநாடியாகும். இந்த காலகட்டத்தில் கீழ்த்தரமான பெண்கள் தொடர்பால் பிரச்சனை;

எதிரிகளால் தொல்லை; திருடர்களால் பொருள் நஷ்டம்; வாகனம் - நிலம் போன்றவைகளில் இழப்பு; உடல்நிலை பாதிப்புகளால் வீண் விரயச் செலவுகள் போன்றவை ஏற்படும்.

V. வலவோட்டு கும்பச் சனி திசையில், மகரச் சனி புத்தி காலம், 2 மாதம், 9 நாள், 23 நாழிகை, 52 விநாடி ஆகும். இந்த காலகட்டத்தில் கீழ்த்தரமானவர்களால் தொல்லை; வம்பு - வழக்கு - கோர்ட் - கச்சேரி செல்லல்; அதனால் இழப்பு; வீண் அலைச்சலால் மனக்கஷ்டம்; பணக்கஷ்டம் போன்றவை ஏற்படும்.

VI. வலவோட்டு கும்பச் சனி திசையில் தனுசு குரு புத்தி காலம் 5 மாதம், 23 நாள், 29 நாழிகை, 36 விநாடியாகும். இந்த காலகட்டத்தில் பொதுச்சேவை - தெய்வசேவை - மகான்கள் தரிசனம் - தீர்த்தயாத்திரை - ஆலய தரிசனம்; புத்திரர்களுக்கு நன்மை - கௌரவங்கள் ஏற்படல் போன்றவை நடக்கும்.

VII. கும்பச் சனி திசையில் 6வதாக தனுசு குரு புத்தி காலம் முடிந்ததும் சிங்காவலோகன கதியில் திசை மாறி மேஷச் செவ்வாய் புத்திக்கு மாறும். இந்த காலம் 4 மாதம், 1 நாள், 26 நாழிகை, 45 விநாடியாகும். இந்த காலகட்டத்தில் உஷ்ணாதிக்க சம்பந்தமானது - மஞ்சள் காமாலை - கண்நோய் - தலைவலி போன்றவைகளும்; அரச பயம் - எதிரிகளால் தொல்லை - கீழ் ஜாதிக்காரர்களால் பிரச்சனை போன்றவை ஏற்படும்.

VIII. வலவோட்டு கும்பச் சனி திசையில் ரிஷப சுக்கிரன் புத்தி காலம் 9 மாதம், 7 நாள், 35 நாழிகையாகும். இந்த கால கட்டத்தில் வீட்டில் சுபகாரியங்கள் நடத்தல்; வீடு - மண் - வாகனம் - கால் நடைகள் அபிவிருத்தி - பொன் பொருள் சேர்க்கை; சுகமான வாழ்க்கை அமையும்.

IX. வலவோட்டு கும்பச் சனி திசையில் கடைசியாக மிதுன புத்தி காலம் 5 மாதம், 6 நாள், 8 நாழிகை, 40 விநாடியாகும். இக்காலத்தில் மாதுல வர்க்க ஆதரவு; உயர் கல்வி வாய்ப்பு; தொழில் வியாபார அபிவிருத்தி; பெண் சுகம் ஏற்படல்; புகழ் சேர்க்கை; சொத்துக்கள் சேர்க்கை ஆகியன ஏற்படும்.

12. I. வலவோட்டுத் திசைகளில் கடைசியாக மீன குரு திசை காலம் 10 வருஷம். இதில் முதலாவதாக கடக சந்திரன் புத்தி காலம் 2 வருடம், 5 மாதம், 9 நாள், 4 நாழிகை, 10 விநாடி ஆகும். இந்த காலகட்டத்தில் ஆடை - ஆபரணம் - நிலம் - வீடு - வாகனம் - கால்நடை சேர்க்கை; சுபகாரியங்கள் நடத்தல்; சுற்றம் - நட்பு சூழல்; வெளி பிரயாணங்களால் - பெண்களால் ஆதாயம்; காரிய வெற்றிகள்; செல்வச் செழிப்பினால் மனமகிழ்ச்சி போன்றவை ஏற்படும்.

II. வலவோட்டு மீன குரு திசையில் 2 வதாக சிம்ம சூரியன் புத்தி காலம் 6 மாதம், 25 நாள், 18 நாழிகை, 8 விநாடியாகும். இந்த காலகட்டத்தில் கௌரவ - அதிகார பதவிகள் கிடைத்தல்; தொழில் - வியாபார முன்னேற்றம்; உத்தியோக உயர்வு; எதிரி களை வெற்றி கொள்ளல்; அரசாங்க உதவிகள்; பெரியோர்கள் ஆதரவு - உதவிகள் - நட்பு கிடைத்தல்; தகப்பனாருக்கு நலம்; பொதுச்சேவையினால் புகழ் - கௌரவம் போன்றவை நடக்கும்.

III. வலவோட்டு மீன குரு திசையில் 3வதாக கன்னி புதன் புத்தி காலம் 1 வருடம், 0 மாதம், 16 நாள், 44 நாழிகை, 39 விநாடி ஆகும். இந்த காலகட்டத்தில் மனைவி வகையில் பாதிப்புகள்; அறிஞர்கள் - மகான்கள் தொடர்பினால் மன மகிழ்ச்சி; மாதுல வர்க்கத்தில் சுபகாரியங்கள்; கலைகளில் நாட்டம்; பிற பெண்கள் தொடர்பால் சுகம்; அரசாங்க உதவி - விருதுகள் கிடைத்தல்; பொதுச்சேவையால் புகழ் - மன மகிழ்ச்சி போன்றவை கிடைக்கும்.

IV. வலவோட்டு மீன குரு திசையில் 4வதாக துலாச் சுக்கிரன் புத்தி 1 வருடம், 10 மாதம், 6 நாள், 46 நாழிகை, 3 விநாடி ஆகும். இந்த கால கட்டத்தில் பெண்களால் பிரச்சனைகள்; வீண் விரயச் செலவுகள்; கால்நடை - வண்டி வாகனங்கள் சீர்கேடு; வெளியூர் பயணங்களால் அலைச்சல் - நஷ்டம் - கஷ்டம்; உடல் நிலை பாதிப்புகள்; மனைவிக்கு அசௌகரியம் - மனஸ்தாபம்; வழக்கு - விபத்து போன்றவை ஏற்படும்.

V. வலவோட்டு மீன குரு திசையில் விருச்சிக செவ்வாய் புத்தி காலம் 9 மாதம், 23 நாள், 1 நாழிகை, 24 விநாடியாகும். இந்த காலகட்டத்தில் எதிரிகளால் இடையூறு, தொந்தரவு - சிக்கல் ஏற்படும் என்றாலும் வெற்றி காண முடியும்; வெளியூர் பயணங்கள் அலைச்சலைத் தரும்; பெண்கள் தொடர்பால் பிரச்சனை; சிலருக்கு பால்வினை நோய்கள் தாக்கக்கூடும். உறவினர் - நண்பர் பகை; வீண் பழி - அவதூறு போன்றவைகள் ஏற்படும்.

VI. வலவோட்டு மீன குரு திசையில் தனுசு குரு புத்தி காலம் 1 வருடம், 1 மாதம், 28 நாள், 36 நாழிகை, 17 விநாடியாகும். இந்த காலகட்டத்தில் பொன் - பொருள் - சொத்துக்கள் சேர்க்கை; புத்திர வகையில் சுபகாரியம் - உயர்வு; மகான்கள் - அறிஞர்கள் - ஞானிகள் தொடர்பு; தொழில் உயர்வு - முன்னேற்றம்; புகழ் - கீர்த்தி ஏற்படல்; ஆலய தரிசனம் போன்ற நல்லது நடைபெறும்.

VII. வலவோட்டு மீன குரு திசையில் மகரச் சனி புத்தி காலம் 5 மாதம், 17 நாள், 26 நாழிகை, 31 விநாடியாகும். இந்த கால கட்டத்தில் செய்தொழில் லாபத்தில் குறைபாடு; மூத்த சகோதரர் களிடையே பகை; பிற மாதர்கள் தொடர்பால் பிரச்சனை; வேதியர் - ஞானியர்களிடம் மனஸ்தாபம்; சூதாட்டம் - திருட்டினால் பொருள் நஷ்டம்; கால்நடை - வாகன சேதாரம்; மனக்கஷ்டம் - பணக்கஷ்டம் ஏற்படும்.

VIII. வலவோட்டு மீன குரு திசையில் கும்பச் சனி புத்தி காலம் 5 மாதம், 17 நாள், 26 நாழிகை, 31 விநாடியாகும். இந்த காலகட்டத்தில் தொட்டதெல்லாம் நஷ்டம் - விரயம்; கீழ் ஜாதி பெண்கள் தொடர்பால் வம்பு - வழக்கு - கோர்ட் - கச்சேரி ஏறுதல்; திருட்டினால் பொருள் இழப்பு; கால்நடை - வாகனங்களில் சேதம்; அகௌரவம் - முடக்கம் - உடல்நிலை பாதிப்பு - கடுமையான மனக்கஷ்டம் ஏற்படும்.

IX. வலவோட்டு மீன குரு திசையில் மீன குரு புத்தி காலம் 1 வருடம், 1 மாதம், 28 நாள், 36 நாழிகை, 17 விநாடியாகும். இந்த காலகட்டத்தில் சுபமான நற்காரியங்கள்; சுற்றம் - நட்பு சூழுதல்; புண்ணிய ஸ்தலங்கள் யாத்திரை; அறிஞர் - மகான் தரிசனம்; தெய்வ காரியங்கள் - பொதுநலச் சேவை; அரசாங்க ஆதரவு - விருதுகள் கிடைத்தல்; தெய்வ அனுகூலம் - மன மகிழ்ச்சி; சொத்து சேர்க்கை போன்ற நன்மையான காரியங்கள் நடைபெறும்.

அன்பான வாசகர்களே ! இதுவரையிலும் காலச் சக்கர திசாவில் வலவோட்டு 12 திசைகளுக்கும் புத்தி வாரியாக பலன்களை அளித்தேன். இவைகள் மூலநூல்களின் அடிப்படையில் - அனுபவத்தையும் இணைத்து தரப்பட்டதாகும். 75% சதவிகிதம் வரை ஒத்துவரும். வேறு எந்த நூல்களிலும் கிடைக்கப்படாத விஷயங்களாகும். நான் இதுவரை உங்களுக்கு அளித்துள்ளதும், இனிமேல் அளிக்கப் போகும் விஷயங்கள் யாவும் மூல நூல்களின் அடிப்படையில் நல்ல ஆராய்ச்சியும் - அனுபவமும் இணைந்ததாக இருப்பதால் வேறு எந்த ஜோதிட நூலாசிரிய ராலும் நிச்சயமாக தரப்பட முடியாததாகவே தனித்தன்மை கொண்டதாக இருக்கும்.

உங்கள் நம்பிக்கையும் அதுவே என்பது நான் அறிந்ததே! மற்ற ஜோதிட நூலாசிரியர்களை விடவும் என்னிடம் நீங்கள்

அதிகம் எதிர்பார்க்கின்றீர்கள் என்பதும், அவைகளை நான் மூடி மறைக்காமலோ, பூசி மெழுகாமலோ வெளிப்படையாக எளிமை யாக அளிக்க வேண்டும் என்ற உங்களின் விருப்பங்களும் எனக்கு வேண்டுகோளாக நேரிலும் கடிதங்கள் மூலமாகவும் அறிந்துள்ளதால் வேறு எவரும் அளிக்க முடியாத அளவுக்கு விஷயங்களை தொகுத்து உங்களுக்கு அளிப்பேன். என் தனித் தன்மை தொடரும்.

இடவோட்டு நட்சத்திர திசைகளும் 12 ஆகும். அவைகள் பற்றிய விவரம் காண்போம்.

1. I. இடவோட்டு நட்சத்திர திசைகளில் முதலாவது விருச்சிக செவ்வாய் திசை 7 வருடங்கள். இதில் முதலாவதாக தனுசு குரு புத்தி காலம் 9 மாதம், 23 நாள், 1 நாழிகை, 24 விநாடியாகும். இந்த காலகட்டத்தில் பெரிய மனிதர்கள், அரசாங்க உதவிகளும் ஆதரவும் கிடைக்கும்; ஆலய தரிசனம் மற்றும் தெய்வ காரியங் களை மேற்கொள்ளல்; புத்திரவகையில் சுபச்செலவுகள்; பொன் - பொருள் சேர்க்கை ஏற்படும்.

II. இடவோட்டு விருச்சிக செவ்வாய் திசைகளில் 2வதாக மகர சனி புத்தி காலம் 3 மாதம், 27 நாள், 12 நாழிகை, 33 விநாடி ஆகும். இந்த காலகட்டத்தில் எதிரிகளால் கஷ்டம் - நஷ்டம்; தொழில் சரிவு; குடும்பத்தில் பெண்களால் சண்டை, சச்சரவு; அரசு வகையில் தண்டனை; தேவையற்ற பிரயாணங்களால் அலைச்சல் - கஷ்டம் - நஷ்டம்; மனக்கலக்கம் போன்றவை ஏற்படும்.

III. இடவோட்டு விருச்சிக செவ்வாய் திசையில் 3வதாக கும்பச் சனி புத்தி காலம் 3 மாதம், 27 நாள், 12 நாழிகை, 33 விநாடியாகும். இந்த காலகட்டத்தில் கீழ்த்தரமான பெண்கள் தொடர்பால் பிரச்சனை - வியாதி ஏற்படல்; பொன் - பொருள்

நஷ்டம்; திருடர் பயம்; எதிரிகளால் தொல்லை; வம்பு - வழக்கு கோர்ட் - கச்சேரி ஏற வைக்கும்.

IV. இடவோட்டு விருச்சிக செவ்வாய் திசையில் 4வதாக மீன குரு புத்திகாலம் 9 மாதம், 23 நாள், 1 நாழிகை, 24 விநாடி ஆகும். இந்த காலகட்டத்தில் மகான்கள் - ஞானிகள் - பெரிய மனிதர்கள் சந்திப்புகள்; தீர்த்த யாத்திரைகள்; குழந்தை பிறப்பு - திருமணம் போன்ற சுபகாரியங்கள் நடைபெறல் - புகழ் - செல்வாக்கு அதிகரித்தல் - பூர்வீக சொத்துக்களால் ஆதாயம் போன்றவை ஏற்படும்.

V. இடவோட்டு விருச்சிக செவ்வாய் திசையில் மேஷச் செவ்வாய் புத்திகாலம் 6 மாதம், 25 நாள், 6 நாழிகை, 59 விநாடியாகும். இந்த காலகட்டத்தில் விபத்துக்களால் கண்டம்; தீயால் சேதம்; உஷ்ணாதிக்க சம்பந்தமான பித்த நோய் தாக்குதல்; எதிரிகளால் பிரச்சனை; திருட்டினால் பொருள் இழப்பு; மனைவியிடம் கருத்து வேறுபாடு; குடும்பத்தில் தண்டமான வீண் விரயச் செலவுகள் ஏற்படும்.

VI. இடவோட்டு விருச்சிக செவ்வாய் திசையில் ரிஷபச் சுக்கிரன் புத்தி காலம் 1 வருஷம், 3 மாதம், 10 நாள், 50 நாழிகை, 14 விநாடியாகும். இக்காலகட்டத்தில் மனைவிக்கு உடல்நலக் குறைவு; வீட்டில் சுபகாரியச் செலவுகள்; கால்நடை - வாகனங்களில் நஷ்டம்; சுற்றத்தாரால் பகை - மனக்கஷ்டம்; நண்பர்களுடன் மனஸ்தாபம் போன்றவை ஏற்படும்.

VII. இடவோட்டு விருச்சிக செவ்வாய் திசையில் மிதுன புத்தி காலம் 8 மாதம், 23 நாள், 43 நாழிகை, 15 விநாடியாகும். இந்த காலகட்டத்தில் வாத சம்பந்தமான பாதிப்புகளும்; எதிரிகளால் தொல்லை; வம்பு - வழக்கு - கோர்ட் பிரச்சனைகளும்; உறவினர்கள் - நண்பர்களிடம் மனஸ்தாபம் - மனக்கஷ்டம் போன்றவைகள் நடைபெறும்.

VIII. இடவோட்டு விருச்சிக செவ்வாய் திசையில் 8வதாக சிம்ம சூரியன் புத்தி காலம் 4 மாதம் 26 நாள், 30 நாழிகை, 42 விநாடியாகும். மிதுன புதன் புத்திக்கு அடுத்து மண்டூகம் அல்லது தவளைக் கதியில் சிம்மத்துக்கு பாயும். இந்த காலகட்டத்தில் உஷ்ணாதிக்க சம்பந்தமான கோளாறுகள்; அரசாங்க உதவியும் உயர் பதவி கௌரவங்கள் கிடைக்கும்; சம்பாத்திய வலிமை அதிகமாகும்; புதிய தொழில் முயற்சிகள் வெற்றி பெறும்; ஆடை ஆபரணச் சேர்க்கை; தனதானிய அபிவிருத்தி போன்றவை ஏற்படும்.

IX. இடவோட்டு விருச்சிக செவ்வாய் திசையில் 9வதாக சிம்ம சூரியன் புத்திக்கு அடுத்து கடக சந்திரன் திசைக்கு பாயும். இந்த காலகட்டத்தில் தாயாருக்கு உடல்நலக் குறைவு; பெண்கள் வகையில் சில சிக்கல்; சிலேத்தும சம்பந்தமான நோய் தாக்குதல்; குடும்பத்தில் சுபச் செலவுகள்; கால்நடை - வாகன அபிவிருத்தி; பொன் - பொருள் சேர்க்கை போன்றவை ஏற்படும்.

2. I. இடவோட்டு துலாச் சுக்கிரன் திசை வருடம் 16. இதில் முதலாவதாக கன்னி புதன் புத்தி காலம் 1 வருடம், 7 மாதம், 29 நாள், 34 நாழிகையாகும். இந்த காலகட்டத்தில் நல்ல ஆடை - ஆபரணச் சேர்க்கை; சுற்றம் சூழ்ந்து சுபகாரியம் நடைபெறல்; தன தான்ய அபிவிருத்தி; ஆலய தரிசனம்; வண்டி - வாகன அபிவிருத்தி; மனசந்துஷ்டி - அமைதி ஆகியன நடைபெறும்.

II. இடவோட்டு துலாச் சுக்கிரன் திசையில் இரண்டாவதாக துலாச் சுக்கிரன் புத்தி காலம் 3 வருடம், 1 மாதம், 0 நாள், 21 நாழிகை, 41 விநாடியாகும். இந்த காலகட்டத்தில் மனைவியால் ஆதரவு - நல்ல சுகம் கிடைத்தல்; பிற மாதர் தொடர்பு; குழந்தை பிறப்பு - அல்லது பூப்பு போன்ற சுப நிகழ்ச்சிகள்; ஆடை - ஆபரணம் - தனம் - தான்யம் - கால்நடைகள் - வாகனம் - வீடு - நிலம் போன்றவை அபிவிருத்தி அடையும். நல்ல மகிழ்ச்சியான நிலை ஏற்படும்.

III. இடவோட்டு துலாச் சுக்கிரன் திசையில் விருச்சிக செவ்வாய் புத்தி காலம் 1 வருடம், 4 மாதம், 5 நாள், 46 நாழிகை, 59 விநாடியாகும். இந்த காலகட்டத்தில் எதிர்பாரா இழப்புகள், திருட்டு போதல், அக்கம் பக்கம் சண்டை சச்சரவுகள்; பெண் தொடர்பால் வியாதி; உறவு - நட்பு, பகை - மனஸ்தாபம்; சிலேத்தும நோய்த் தாக்குதல்; எதிரிகள் - மற்றும் விஷ ஜந்துக் களால் பாதிப்பு போன்றவை ஏற்படும்.

IV. இடவோட்டு துலாச் சுக்கிரன் திசையில் விருச்சிக செவ்வாய் புத்திக்கு அடுத்து துரக கதியில் மீன குரு புத்திக்கு பாயும். மீன குரு புத்தி காலம் 1 வருடம், 11 மாதம், 3 நாள், 50 நாழிகை, 33 விநாடியாகும். இந்த காலகட்டத்தில் எதிரிகளால் தொல்லை, ஏமாற்றப்படுதல், இழப்புகள்; சிலேத்தும நோய்களின் பாதிப்புகள்; ஜலகண்டம்; நீர்வாழ் பிராணிகளால், விஷஜந்துக் களால் பாதிப்புகள்; பயணங்களால் அலைச்சல் - நஷ்டம்; பிற மாதர் தொடர்பால் விரயச் செலவுகள்; அகால உணவால் வயிற்றுப் பிரச்சனையும் ஏற்படும்.

V. இடவோட்டு துலாச் சுக்கிரன் திசையில் கும்பச் சனி புத்தி காலம் 9 மாதம், 7 நாள், 25 நாழிகை, 26 விநாடியாகும். இந்த காலகட்டத்தில் எதிரிகளால் தொல்லை, பிரச்சனைகள்; திருட்டுப் போதல்; கீழ்த்தரமான பெண்கள் தொடர்பால் மானபங்கம்; மனைவியிடம் மனஸ்தாபம்; புத்திரவகையில் விரயச் செலவுகள் போன்றவை ஏற்படும்.

VI. இடவோட்டு துலாச்சுக்கிரன் திசையில், மகரச் சனி புத்தி காலம் 9 மாதம், 7 நாள், 25 நாழிகை, 26 விநாடியாகும். இந்த காலகட்டத்தில் வம்பு, வழக்கு, கோர்ட், கச்சேரி ஏறுதல்; அரசாங்க தண்டனை; கீழ்த்தரமானவர்களால் தொல்லைகள்; நிலம் - கால் நடை - வாகனங்களில் நஷ்டம்; பயணங்களால் அலைச்சல்; சகோதரர்களிடம் சண்டை போன்றவைகள் ஏற்படும்.

VII. இடவோட்டு துலாச் சுக்கிரன் திசையில் தனுசு குரு புத்தி காலம் 1 வருடம், 11 மாதம், 3 நாள், 58 நாழிகை, 33 விநாடி ஆகும். இந்த காலகட்டத்தில் வீட்டில் சுற்றம் சூழும்படியான சுப காரியங்கள் நடத்தல்; குழந்தை பிறப்பு; ஆலய வழிபாடு - தீர்த்த யாத்திரை மேற்கொள்ளல்; மகான்கள், பெரிய மனிதர் தரிசனம்; கௌரவ பதவி கிடைத்தல் போன்றவை நடைபெறும்.

VIII. இடவோட்டு துலாச் சுக்கிரன் திசையில் விருச்சிக செவ்வாய் புத்தி காலம் 1 வருஷம், 4 மாதம், 5 நாள், 46 நாழிகை, 33 விநாடியாகும். இக்காலத்தில் சகோதரர்களுக்கு உடல் நலிவு - மற்றும் பகை; சுற்றத்தார் பகை; எதிரிகள் - மற்றும் விஷ ஜந்துக்கள், விஷப் பொருட்களால் கண்டம்; உடல்நலக் கோளாறுகள்; வம்பு, வழக்கு, சண்டை, திருட்டினால் பொருள் நஷ்டம், காரியத் தடைகள், வீண் அலைச்சல் போன்றவை ஏற்படும்.

IX. இடவோட்டு துலாச் சுக்கிரன் திசையில் துலாச் சுக்கிரன் புத்தி மறுபடியும் வருகின்றது. காரணம் மீன குரு புத்தி வரை சென்று துரக கதியில் திரும்பி கும்பச் சனி புத்தி முதல் தொடர் வதால், இந்த புத்தியின் காலம் 3 வருஷம், 1 மாதம், 0 நாள், 21 நாழிகை, 41 விநாடியாகும். இந்த காலகட்டத்தில் வீட்டில் சுப காரியங்கள் நடைபெறல்; ஆடை - ஆபரணம் - நிலம் - வீடு - வாகனச் சேர்க்கை - பெண்களுக்கு மனநிறைவு; பெண்களால் ஆதாயம்; தூரதேசப் பயணம்; கலைப் பொருள்கள் சேர்க்கை; பிறபெண்கள் தொடர்பால் சந்தோஷம் போன்றவை நடக்கும்.

3. I. இடவோட்டு கன்னி புதன் திசா காலம் 9 வருடங்கள் ஆகும். இதில் முதலாவதாக கன்னி புதன் புத்தி காலம் 11 மாதம், 13 நாள், 32 விநாடிகளாகும். இந்த காலகட்டத்தில் வெளியூர் சுற்றுலாப் பயணங்கள்; விளையாட்டு - கேளிக்கைகள்; மாதுல வர்க்கத்தில் சுபகாரியங்கள்; நல்ல வருமானம்; சொத்து

சேர்க்கை; ஆரோக்கியம்; பொதுச் சேவையில் புகழ் கிடைத்தல் போன்று நடக்கும்.

II. இடவோட்டு கன்னி புதன் திசையில் சிம்ம சூரியன் புத்தி காலம் 6 மாதம், 10 நாள், 35 நாழிகை, 18 விநாடியாகும். இந்த காலகட்டத்தில் உஷ்ணாதிக்க சம்பந்தமான பித்தக் கோளாறினால் விஷக் காய்ச்சல் - மஞ்சள் காமாலை - சிலந்திக் கட்டிகள் - ஒற்றைத் தலைவலி போன்றவைகளும்; தீயவர்களின் தொடர்பால் கௌரவம் கெடல்; தனநஷ்டம்; வாகனங்களால் விபத்து போன்றவை ஏற்படும்.

III. இடவோட்டு கன்னி புதன் திசையில் கடக சந்திரன் புத்தி காலம் 2 வருடம், 2 மாதம், 20 நாள், 28 நாழிகை, 14 விநாடி ஆகும். இந்த காலகட்டத்தில் சிலேத்தும சம்பந்தமான நோய்கள்; செய்வினை - மாந்திரீகத்தால் பாதிப்புகள்; நீர்வாழ் ஜந்துக்கள் - விஷ ஜந்துக்களால் - ஜலத்தால் கண்டம்; பெண்களுக்கு உடல் நலக் குறைவு; பெண்களால் அவமானம் போன்றவை ஏற்படும்.

IV. இடவோட்டு கன்னி புதன் திசையில் மிதுன புதன் புத்தி காலம் 11 மாதம், 13 நாள், 3 நாழிகை, 32 விநாடி ஆகும். இந்த காலகட்டத்தில் தொழில், வியாபாரம் முன்னேற்றம்; வருமானம் அதிகரித்தல்; ஆடை ஆபரணம் - வாகனம் - சொத்து சேர்க்கை; கால்நடை அபிவிருத்தி; பிற மாதர் தொடர்பால் மனமகிழ்ச்சி; லாட்டரி - சூதாட்டம்; ஸ்பெகுலேஷன் போன்றவற்றில் வெற்றி - ஆதாயம் ஆகியன நடக்கும்.

V. இடவோட்டு கன்னி புதன் திசாவில் ரிஷப சுக்கிரன் புத்தி காலம் 1 வருடம், 8 மாதம், 9 நாள், 52 நாழிகை, 56 விநாடி ஆகும். இந்த காலகட்டத்தில் வீடு - வாகன அபிவிருத்தி - கால்நடை அபிவிருத்தி - ஆடை ஆபரணச் சேர்க்கை; பெண் களால் மன சந்தோஷம்; சுற்றங்கள் சூழ சுபகாரியங்கள்

நடைபெறல்; மகிழ்ச்சியான சுற்றுலாக்கள்; தொழில் - வியாபார முன்னேற்றம் ஆகியன நடக்கும்.

VI. இடவோட்டு கன்னி புதன் திசையில் மேஷச் செவ்வாய் புத்தி காலம் 8 மாதம், 26 நாள், 49 நாழிகை, 25 விநாடியாகும். இந்த காலகட்டத்தில் உடல்நலம் கெடும்; விபத்துக்களால் பாதிப்புகள்; நெருப்பினால் சேதம்; திருட்டுப் போதல்; வம்பு - வழக்கு - சண்டை - கோர்ட் - கச்சேரி ஏறுதல்; தனநஷ்டம் போன்றவை ஏற்படும்.

VII. இடவோட்டு கன்னி புதன் திசையில் மேஷச் செவ்வாய் புத்திக்கு அடுத்து சிங்காவலோகன கதியில் தனுசு குரு புத்திக்கு பாயும். இதன் காலம் 1 வருடம், 0 மாதம், 21 நாள், 10 நாழிகை, 35 விநாடியாகும். இந்த காலகட்டத்தில் புத்திர வகையில் விரயச் செலவுகள்; பெற்றோர்கள் உடல்நிலை பாதிப்பு; ஆயுதங்களால் காயங்கள் ஏற்படல்; பயணங்களால் அலைச்சல் நஷ்டம்; எதிரிகளால் அவமானம் போன்றவை ஏற்படும்.

VIII. இடவோட்டு கன்னி புதன் திசையில் மகரச் சனி புத்தி காலம் 5 மாதம், 2 நாள், 28 நாழிகை, 14 விநாடியாகும். இந்த காலகட்டத்தில் மூட்டு வாதம், நரம்புத் தளர்ச்சி, விஷஜுரம், பெண் தொடர்பான வியாதிகள்; வீண் விரயச் செலவுகள்; சண்டை சச்சரவுகள்; பெண்கள் மற்றும் கீழ் ஜாதிக்காரர்களால் அவமானம்; அலைச்சல் நிறைந்த, கஷ்டமான பயணங்கள் போன்றவை ஏற்படும்.

IX. இடவோட்டு கன்னி புதன் திசாவில் கடைசியாக கும்பச் சனி புத்தி காலம் 5 மாதம், 2 நாள், 28 நாழிகை, 14 விநாடி ஆகும். இந்த காலகட்டத்தில் உடல்நிலை பாதிப்பு; முழங்கால் எலும்பு முறிவு; அரசாங்க தண்டனை அல்லது பாதிப்புகள்; மன நிலையில் சலனம் - பயம் போன்றவை ஏற்படும்.

4. I. இடவோட்டு சிம்ம சூரியன் திசை காலம் 5 வருடமாகும். இதில் முதலாவதாக மீன குரு புத்தி 6 மாதமாகும். இந்த கால கட்டத்தில் வீட்டில் சுற்றம் சூழும்; சுபகாரியங்கள் நடத்தல்; ஆடை ஆபரணச் சேர்க்கை; தன-தான்ய அபிவிருத்தி; கால்நடை; வாகன பலிதம்; கௌரவம் - புகழ் - செல்வாக்கு உயரும்.

II. இடவோட்டு சிம்ம சூரியன் திசையில் மேஷச் செவ்வாய் புத்தி காலம் 4 மாதம் 6 நாட்களாகும். இந்த காலகட்டத்தில் உஷ்ணாதிக்க, பித்த சம்பந்தமான காமாலை, விஷஜுரம், சிலந்திக் கட்டிகள், இரத்த அழுத்தம் போன்ற நோய்கள்; மற்றும் விபத்துக்கள்; நெருப்புக் காயம்; வெட்டுக்காயம் போன்றவைகள் ஏற்படுவதுடன் தேவையில்லாத பயணங்களால் கடும் அலைச்சல், பணவிரயம் ஏற்படும்.

III. இடவோட்டு சிம்ம சூரியன் திசையில் ரிஷப சுக்கிரன் புத்தி காலம் 9 மாதம் 18 நாட்களாகும். இந்த காலகட்டத்தில் கெட்ட பெண்களின் சகவாசத்தில் நோயும், அவமானமும் பட நேரிடும்; வீட்டுப் பெண்களிடம் குறிப்பாக மனைவியிடம் மனஸ்தாபம்; கருத்து வேறுபாடு ஏற்படும்; வாகனம் - கால்நடை களில் நஷ்டம்; திருட்டுப் போதல் ஆகியன ஏற்படும்.

IV. இடவோட்டு சிம்ம சூரியன் திசையில் மிதுன புத்தி காலம் 5 மாதம், 12 நாட்களாகும். இந்த காலகட்டத்தில் கேளிக்கை - சுற்றுலாக்கள் செல்வதால் செலவினங்கள்; பிற பெண்கள் தொடர்பால் தேவையற்ற விவகாரங்கள் - சண்டை, சச்சரவுகள் போன்றவை ஏற்படும்.

V. இடவோட்டு சிம்ம சூரியன் திசையில் மிதுன புத்தியில் இருந்து தவளைக்கதியில் சிம்ம சூரியன் புத்திக்கு பாயும். சிம்ம சூரியன் புத்தி காலம் 3 மாதமாகும். இந்த காலகட்டத்தில் தகப்பனார்க்கு உடல்நலக் குறைவு; சில சமயம் மனஸ்தாபம்;

குடும்பத்தில் பிரச்சனைகள்; அக்கம் பக்கத்தில் சண்டை - சச்சரவு; ஜாதகருக்கு உஷ்ணாதிக்க சம்பந்தமான கோளாறுகள்; விஷஜுரம் - அம்மை நோய் - சிலந்திக் கட்டிகள் - காமாலை போன்றவைகள் ஏற்படும்.

VI. இடவோட்டு சிம்ம சூரியன் திசையில் கடக சந்திரன் புத்தி காலம் 1 வருடம் 18 நாளாகும். இந்த காலகட்டத்தில் பல்வேறு வகையில் விரயச் செலவுகள் ஏற்படும். குறிப்பாக வீட்டுப் பெண்கள் வகையில் அதிக செலவுகள் ஏற்படும். பிற பெண்கள் தொடர்பால் பிரச்சனையும், வியாதிகளும் ஏற்படும்; சிலேத்தும சம்பந்தமான நோய்த் தொல்லைகளும் உண்டாகும். இது சர்ப்ப கதியாகும்.

VII. இடவோட்டு சிம்ம சூரியன் திசையில் கடக சந்திரன் புத்திக்கு அடுத்து கோழிக்கதி அல்லது குக்குட கதியில் கன்னி புதன் புத்திக்கு பாயும். கன்னி புதன் புத்தி காலம் 5 மாதம் 12 நாளாகும். இந்த காலகட்டத்தில் தன வசதிகள் பெருகினாலும், செலவும் சமமாகவே ஏற்படும். அல்ஸர், அப்பெண்டிசைடீஸ், குடல் இறக்க நோய் போன்றவை ஏற்படும். மாதுல வர்க்கத்தில் மனஸ்தாபங்கள் ஏற்படக்கூடும்.

VIII. இடவோட்டு சிம்ம சூரியன் திசையில் துலாச் சுக்கிரன் புத்தி காலம் 9 மாதம் 18 நாளாகும். இந்த காலகட்டத்தில் வெளியூர் பயணங்களால் அலைச்சலும், நஷ்டங்களும் ஏற்படும். வாகனங்கள், கால்நடை போன்றவற்றில் நஷ்டங்களும்; பொருள் இழப்பு; மனைவிக்கு உடல் நலக் குறைவு - மனஸ்தாபம் போன்றவை ஏற்படும்.

IX. இடவோட்டு சிம்ம சூரியன் திசையில் கடைசியாக விருச்சிக செவ்வாய் புத்தி காலம் 4 மாதம் 6 நாளாகும். இந்த காலகட்டத்தில் வீடு, வாகனம், நிலம், கால்நடைகள், பொருள்,

ஆபரணச் சேர்க்கை ஏற்படும். போட்டி, பந்தயங்கள், விளையாட்டுக்களில் வெற்றி; வழக்குகளில் ஜெயம்; எதிரிகளை வெற்றி கொள்ளல்; சகோதரர்களின் உதவி போன்ற நற்பலன்களாக நடைபெறும்.

5. I. இடவோட்டு கடக சந்திரன் திசை காலம் 21 வருடங்கள் ஆகும். இதில் முதலாவதாக மீன குரு புத்தி 2 வருடம், 5 மாதம், 9 நாள், 4 நாழிகை, 11 விநாடியாகும். இந்த காலகட்டத்தில் மனமகிழ்ச்சி அளிக்கும் வகையில் தீர்த்தயாத்திரை, ஆலயம் மற்றும் மகான்கள் தரிசனம் பெறல்; புத்திர வகையில் சுபகாரிய நிகழ்ச்சிகள்; பொன் பொருள் ஆபரணச் சேர்க்கை; பொதுச் சேவையில் செல்வாக்கு, புகழ் கௌரவம், பதவிகள் கிடைத்தல் போன்ற நன்மையான பலன்கள் நடைபெறும்.

II. இடவோட்டு கடக சந்திரன் திசையில் 2வதாக கும்பச் சனி புத்தி காலம், 11 மாதம், 21 நாள், 37 நாழிகை, 40 விநாடி ஆகும். இந்த காலகட்டத்தில் எதிர்பாராத விபத்துக்கள்; உடல் நலக்குறைவுகள்; கீழ்ஜாதி பெண்கள் தொடர்பால் பிரச்சனைகள், பண நஷ்டம்; மூட்டு வாதக் கோளாறு; கால்நடை வண்டி, வாகன நஷ்டம்; உறவினர்கள், அக்கம் பக்கத்தாரிடம் பகை போன்றவை ஏற்படும்.

III. இடவோட்டு கடக சந்திரன் திசையில் மகரச் சனி புத்தி காலம், 11 மாதம், 21 நாள், 37 நாழிகை, 40 விநாடியாகும். இதில் வம்பு வழக்கு, சண்டை, கோர்ட், கச்சேரி ஏறி தனநஷ்டம்; கீழ்த்தரமானவர்களால் பிரச்சனைகள்; அரசாங்க தண்டணை; கடும் அலைச்சல்; உடல்நலம் - மனநலம் பாதித்தல்; இடுப்பு - தொடை பகுதிகளில் கோளாறு ஆகியன ஏற்படும்.

IV. இடவோட்டு கடக சந்திரன் திசையில் தனுசு குரு புத்தி காலம் 2 வருடம், 5 மாதம், 9 நாள், 4 நாழிகை, 11 விநாடி

ஆகும். இந்த காலகட்டத்தில், அரசாங்க ஆதரவு, உதவி கௌரவம் கிடைக்கும்; ஆலய சேவை - பெரிய மனிதர்கள் சந்திப்பு; பொதுச் சேவையில் கௌரவம் கிடைத்தல்; பிள்ளைகளுக்கு உயர்வு தன - தான்ய, வாகன அபிவிருத்தி ஆகியன கிடைக்கும்.

V. இடவோட்டு கடக சந்திரன் திசையில் விருச்சிக செவ்வாய் புத்தி காலம் வருடம், 8 மாதம், 15 நாள், 20 நாழிகை, 55 விநாடியாகும். இந்த காலகட்டத்தில் பத்திர வகையில் வீணான தண்டச் செலவுகள் மற்றும் உடல் நலக் குறைவு ஏற்படுவதுடன் தனக்கும் உடல்நல பாதிப்பு ஏற்படும்; குறிப்பாக விஷஜுரம் - காமாலை - சிலந்திக் கட்டிகள் - பெண் தொடர்பான நோய் தாக்குதல் ஏற்படக்கூடும்; எதிரிகளால் தொல்லை, பாதிப்புகள்; விரய தண்டச் செலவுகள் போன்றவை ஏற்படும்.

VI. இடவோட்டு கடக சந்திரன் திசையில் துலாச் சுக்கிரன் புத்தி காலம் 3 வருடம், 11 மாதம், 26 நாள், 30 நாழிகை, 42 விநாடியாகும். இந்த காலகட்டத்தில் கால்நடை - வாகனம் - நிலம் - வீடு அபிவிருத்தி முன்னேற்றம்; ஆடை ஆபரணச் சேர்க்கை - பெண்கள் மனம் மகிழும்படியான சுப நிகழ்ச்சிகள்; உறவினர்கள் - நண்பர்களால் ஆதாயம்; வெளிப் பிரயாணங்களால் நன்மை போன்றவை ஏற்படும்.

VII. இடவோட்டு கடக சந்திரன் திசையில், கன்னி புதன் புத்தி காலம் 2 வருடம், 2 மாதம், 11 நாள், 9 நாழிகை, 46 விநாடி ஆகும். இந்த காலகட்டத்தில் எடுத்த காரியங்கள் யாவும் வெற்றி அடைதல்; நல்ல பெண்கள் தொடர்பால் போக சுகம்; விளையாட்டு - கேளிக்கைகளில் நாட்டம்; தொழில் - வியாபார - உத்தியோக உயர்வு; விருந்துகள் போன்ற நிகழ்ச்சிகளில் பங்கேற்றல் போன்றவை நடைபெறும்.

VIII. இடவோட்டு கடக சந்திரன் திசையில் சிம்ம சூரியன் புத்தி காலம் 1 வருடம், 2 மாதம், 19 நாள், 32 நாழிகை, 6 விநாடியாகும். இந்த காலகட்டத்தில் உபரியான தன வருமானங்கள்; செய்தொழில் அபிவிருத்தி, முன்னேற்றம், நல்ல பெண்கள் தொடர்பால் ஆதாயம், சந்தோஷம்; விருந்து வைபவங்களில் கலந்து கொள்ளல்; தகப்பனார் ஆதரவுடன், ஆதாயங்கள்; நல்ல செல்வாக்கு ஏற்படும்.

IX. இடவோட்டு கடக சந்திரன் திசையில் கடக சந்திரன் புத்தி காலம் 5 வருஷம், 1 மாதம், 16 நாள், 2 நாழிகை, 47 விநாடி ஆகும். இந்த காலகட்டத்தில் வீட்டில் பெண்கள் வகையில் சுப காரியங்கள், திருமணம் நடத்தல், தாயார் சௌக்யம்; மனைவியினால் சந்தோஷம்; தன - தான்யம் - வாகனம் - நிலம் - வீடு அபிவிருத்திகள்; நல்ல சுகமான வாழ்க்கை அமையும்.

6. I. இடவோட்டு மிதுன புதன் தசா காலம் 9 வருடங்களாகும். இதில் முதலாவதாக மிதுன புதன் புத்தி காலம் 11 மாதம், 21 நாள், 19 நாழிகை, 32 விநாடி ஆகும். இந்த காலகட்டத்தில் வீட்டில் சுபகாரியங்களுக்காக சுற்றம் சூழுதல், மனம் மகிழ்ச்சி அடையும்படியான உல்லாசப் பிரயாணங்கள்; மற்றும் கேளிக்கைகளில் ஈடுபடுதல்; மாதுல வர்க்கத்தின் ஆதரவு வியாபார, தொழில் அபிவிருத்தி; அரசாங்க உதவிகள் - கௌரவம் கிடைத்தல்; நல்ல பெண்கள் தொடர்பால் சுகம் போன்றவை நடக்கும்.

II. இடவோட்டு மிதுன புதன் திசையில் 2வதாக ரிஷப சுக்கிரன் புத்தி காலம் 1 வருடம், 8 மாதம், 24 நாள், 34. நாழிகை, 42 விநாடியாகும். இந்த காலகட்டத்தில் பெண்கள் மனமகிழ்ச்சியடையும்படியான நிகழ்ச்சிகள் நடைபெறல்; பொன் - பொருள் - ஆடை ஆபரண - கால்நடை - வாகனம் - நிலம் -

வீடு சேர்க்கை; வழக்குகளில் வெற்றி; மனைவியிடம் சந்தோஷம் போன்றவை நடக்கும்.

III. இடவோட்டு மிதுன புதன் திசையில் 3வதாக மேஷச் செவ்வாய் புத்திகாலம் 9 மாதம், 3 நாள், 15 நாழிகை, 11 விநாடியாகும். இந்த காலகட்டத்தில் உஷ்ணாதிக்க சம்பந்தமான பித்தநோய்க் கோளாறுகள், ஒற்றைத் தலைவலி; சிலந்திக் கட்டிகள், சிறுநீர்க்கடுப்பு போன்ற பாதிப்புகளுடன் வெட்டுக் காயம், நெருப்புக் காயம் போன்றவையும் ஏற்பட்டு, திருட்டு அல்லது விபத்தினால் பொருள் இழப்பு; எதிரிகளால் பாதிப்பு; வம்பு - வழக்கு - கோர்ட் - கச்சேரி ஏறுதல் போன்ற கெடுதலான பலன்களே நடைபெறும்.

IV. இடவோட்டு மிதுன புதன் திசையில் 4வதாக மேஷச் செவ்வாய் திசையில் இருந்து தனுசு குருவுக்கு சிங்காவல கோனகதியில் பாயும். தனுசு குரு புத்தி காலம் 1 வருடம், 1 மாதம், 0 நாள், 21 நாழி, 41 விநாடியாகும். இந்த காலகட்டத்தில் உடல்நிலை பாதிப்புகள் ஏற்படும்; கௌரவங்கள் பழுதடையும்; பெண் குழந்தைகள் வகையில் செலவுகளும், பிரச்சனைகளும் ஏற்படும்; வெளியூர் பயணங்களால் அலைச்சலும், பொருள் இழப்பும் ஏற்படும்.

V. இடவோட்டு மிதுன புதன் திசையில் 5வதாக மகரச் சனி புத்தி காலம் 5 மாதம், 6 நாள், 8 நாழிகை, 41 விநாடியாகும். எதிரிகளால் தொல்லைகள் - பிரச்சனைகள்; வீண் வம்புச் சண்டை - அறுவை சிகிச்சை - மூட்டுவாத நோய்கள் - நரம்புத் தளர்ச்சி போன்ற நோய்கள் ஏற்படுவது; கீழ்த்தரமான பெண்கள் தொடர்பால் அவமானம் - செலவுகள்; மனக்கஷ்டம் - சஞ்சலம் - சலிப்பு போன்றவை ஏற்படும்.

VI. இடவோட்டு மிதுன புதன் திசையில் கும்பச் சனி புத்தி காலம் 5 மாதம், 6 நாள், 8 நாழிகை, 41 விநாடியாகும். இந்தக்

காலகட்டத்தில் தகப்பனார் மனஸ்தாபம் - பங்காளிகள் பிரச்சனை; அக்கம் பக்கத்தில் உள்ளவர்களால் பகை - சண்டை; பொருள் இழப்பு; வருமானக் குறைவு; தொழில் மந்தம் - வீண் அலைச்சல்; திருட்டு பயம்; அரசாங்க தண்டனை போன்றவை ஏற்படும்.

VIII. இடவோட்டு மிதுன புதன் திசையில் மேஷச் செவ்வாய் புத்தி காலம் 9 மாதம், 3 நாள், 15 நாழிகை, 11 விநாடியாகும். இந்த கால கட்டத்தில் விபத்துக்கள் - கண்டங்கள் ஏற்படல்; எதிரிகளால் இடையூறு; திருட்டுக்கள் மற்றும் வழக்குகளால் நஷ்டம் உடல்நிலை பாதிப்புகள் - மனசஞ்சலம் போன்றவை ஏற்படும்.

IX. இடவோட்டு மிதுன புதன் திசையில் ரிஷபச் சுக்கிரன் புத்தி காலம் 1 வருடம், 8 மாதம், 24 நாள், 34 நாழிகை, 42 விநாடி ஆகும். இந்த காலகட்டத்தில் பொன் - பொருள் - ஆடை - நிலபுலன் - வீடு சேர்க்கை; வீட்டில் சுபகாரியச் செலவுகள்; அரசாங்க கௌரவம் விருது கிடைத்தல்; மனைவிக்கு மனசந்துஷ்டி சுகம்; நல்ல பெண்கள் தொடர்பால் மன மகிழ்ச்சி பெரிய மனிதர்கள் சந்திப்பினால் ஆதாயம் போன்றவை நடக்கும்.

7. I. இடவோட்டு ரிஷபச் சுக்கிரன் திசை காலம் 16 வருஷம் ஆகும். இதில் முதலாவதாக மிதுன புதன் புத்தி காலம் 1 வருடம், 8 மாதம், 9 நாள், 52 நாழிகை, 56 விநாடியாகும். இந்த கால கட்டத்தில் சுபமான நல்ல காரியங்களுக்காக சுற்றம் சூழுதல்; தனவருமானம் அதிகரித்தல்; பொன் - பொருள்; வீடு சேர்க்கை; நூதன வாகனங்கள் வாங்குதல்; எடுத்த காரியம் நிறைவேறுதல்; தன்னம்பிக்கை ஏற்படல்; சுகமான வாழ்க்கை அமைதல் போன்றவை நடக்கும்.

II. இடவோட்டு ரிஷப சுக்கிரன் திசையில் மிதுன புதன் புத்திக்கு அடுத்து தவளை கதி எனும் மண்டூகக் கதியில் சிம்ம சூரியன் புத்திக்கு பாயும். சிம்மசூரியன் புத்தி காலம் 11 மாதம், 8 நாள், 49 நாழிகை, 25 விநாடியாகும். இந்த காலகட்டத்தில் உஷ்ணாதிக்க சம்பந்தமான நோய்கள் - காமாலை - விஷஜுரம் - சிலந்திக் கட்டிகள் - சிறுநீர்க் கடுப்பு; வீண்விரயச் செலவுகள்; மனநிலை பாதிப்பு; வெளியூர் பணயங்களால் அலைச்சல் - பண நஷ்டம் போன்றவை ஏற்படும்.

III. இடவோட்டு ரிஷப சுக்கிரன் திசையில் சிம்ம சூரியன் புத்திக்கு அடுத்து மயூர கதியில் கடக சந்திரன் புத்திக்கு பாயும். இதன் காலம் 3 வருடம், 11 மாதம், 13 நாள், 2 நாழிகை, 32 விநாடியாகும். இந்த காலகட்டத்தில் சிலேத்தும நோய்கள்; வயிற்றுக் கோளாறுகள்; டயரியா போன்ற வயிற்றுப் போக்கு - அல்ஸர் - நரம்புத் தளர்ச்சி - இருதயக் கோளாறு - ரத்த அழுத்தம் போன்றவையுடன் மனக்கவலை, சஞ்சலம், சங்கடங்கள் - பெண்களால் பிரச்சனை போன்றவை ஏற்படும்.

IV. இடவோட்டு ரிஷபச் சுக்கிரன் திசையில் கடகசந்திரன் புத்திக்கு அடுத்து குக்குட கதியில் கன்னி புதன் புத்திக்கு பாயும். இதன் காலம் 1 வருடம், 8 மாதம், 9 நாள், 53 நாழிகை, 56 விநாடியாகும். இந்த காலகட்டத்தில் பெண்கள் வழியில் செலவு களும், தேவையற்ற பிரயாணங்களால் அலைச்சல், பணநஷ்டம், லாட்டரி, சூதாட்டம் போன்றவைகளால் பணவிரயம், மனக் கஷ்டம் - பணக்கஷ்டம் போன்றவை ஏற்படும்.

V. இடவோட்டு ரிஷப சுக்கிரன் திசையில் துலாச் சுக்கிரன் புத்தி காலம் 3 வருடம், 0 மாதம், 4 நாள், 14 நாழிகை, 7 விநாடியாகும். இந்த காலகட்டத்தில் பெண்களுக்கு சுகம்; வீட்டில் சுபகாரியங்கள் நடைபெறல்; மண் மனை வாகனம் - கால் நடைகள் அபிவிருத்தி; பொன் பொருள் ஆபரணச் சேர்க்கை;

வெளிப் பயணங்களால் ஆதாயம் - மகிழ்ச்சி; அரசாங்க ஆதரவு விருதுகள் கிடைத்தல்; பொதுச் சேவையில் கௌரவம் கிடைத்தல்; புகழ் - கீர்த்தி செல்வாக்கு ஆகியன கிடைக்கும்.

VI. இடவோட்டு ரிஷபச் சுக்கிரன் திசையில் விருச்சிக செவ்வாய் புத்தி காலம் 1 வருடம், 3 மாதம், 2 நாள், 21 நாழிகை, 11 விநாடியாகும். இந்த காலகட்டத்தில் விபத்துக்கள் - கண்டம் - விரயச் செலவுகளால் பண நஷ்டம்; அன்னியப் பெண்களால் அவமானப்படுதல்; உடல் நிலை பாதிப்புகள்; எதிரிகளால் பிரச்சனைகள்; விஷ ஜந்துக்களால் பாதிப்பு; வழக்குகளால் செலவு போன்றவை ஏற்படும்.

VII. இடவோட்டு ரிஷப சுக்கிரன் திசையில் விருச்சிக செவ்வாய் புத்திக்கு அடுத்து துரக கதியில் மீன குரு புத்திக்கு பாயும். இதன் காலம் 1 வருடம், 10 மாதம், 17 நாள், 38 நாழிகை, 50 விநாடி ஆகும். இந்த காலகட்டத்தில் ஆலய சேவை - மகான்கள் தரிசனம்; உறவினர் சூழ்ந்து சுபகாரியங்கள் நடத்தல்; பிள்ளைகளுக்கு நன்மை; கௌரவங்கள் - செல்வாக்கு சேர்தல்; லாபங்கள் ஏற்படல்; உத்யோக உயர்வு; தொழில் அபிவிருத்தி போன்றவை ஏற்படும்.

VIII. இடவோட்டு ரிஷப சுக்கிரன் திசையில் கும்பச் சனி புத்தி காலம், 9 மாதம், 1 நாள், 3 நாழிகை, 32 விநாடியாகும். இந்த காலகட்டத்தில் மூட்டுவாதம் - விஷஜுரம் - காமாலை போன்ற நோய் தாக்குதல் ஏற்படும்; கீழ்த்தரமானவர்கள் தொடர்பினால் அவமானம் - சண்டை - வழக்கு; பெண் தொடர்பான வியாதிகள்; விரய தண்டச் செலவுகள்; தொழில் முடக்கம் போன்றவை ஏற்படும்.

IX. இடவோட்டு ரிஷப சுக்கிரன் திசையில் மகரச் சனி புத்தி காலம் 9 மாதம், 1 நாள், 3 நாழிகை, 32 விநாடியாகும். இந்த

காலகட்டத்தில் உடல் நலிவுகள் - பாதிப்புகள் இருந்தாலும் நன்மையான பலன்களும் உண்டு; செய்தொழில் அபிவிருத்தி - வருமானம் உயர்தல்; பெண்களால் மகிழ்ச்சி - ஆதாயம்; ஆலய தரிசனம் - மகான்கள் பெரிய மனிதர் சந்திப்பு - நல்ல பயணங்கள் ஏற்படும்.

8. I. இடவோட்டு மேஷச் செவ்வாய் திசை 7 வருடங்களாகும். இதில் முதலாவதாக தனுசு குரு புத்தி 8 மாதம், 12 நாட்கள் ஆகும். இந்த காலகட்டத்தில் பொதுச் சேவையில் கௌரவம், செல்வாக்கு உயர்தல்; தெய்வகாரியங்கள் மேற்கொள்ளல்; தீர்த்தயாத்திரைகள்; மகான்கள் தரிசனம்; தகப்பனார் ப்ரீதி; குரு உபதேசம்; அரசாங்க விருது - கௌரவம் கிடைத்தல்; பொன் - பொருள் - ஆடை ஆபரணச் சேர்க்கை போன்றவை ஏற்படும்.

II. இடவோட்டு மேஷச் செவ்வாய் திசையில் விருச்சிக செவ்வாய் புத்தி காலம் 5 மாதம், 26 நாள், 24 நாழிகையாகும். இந்த காலகட்டத்தில் உடல்நிலை பாதிப்படையும்; உஷ்ணாதிக்க சம்பந்தமான நோய்கள் - பெண்கள் தொடர்பான நோய்கள் - டயரியா டிஸென்ட்டரி போன்ற வயிற்றுப் போக்கு போன்றவை ஏற்படும்; எதிரிகளால் தொல்லை - வீண் செலவு; அரசாங்க எதிர்ப்பு - தண்டனை; கெட்ட பெயர்; மனக்கஷ்டம் - பணக் கஷ்டம் ஏற்படும்.

III. இடவோட்டு மேஷச் செவ்வாய் திசையில் துலாச் சுக்கிரன் புத்தி காலம் 1 வருடம், 1 மாதம், 13 நாள், 12 நாழிகை ஆகும். இந்த காலகட்டத்தில் மனைவியிடம் மனஸ்தாபம்; பிற பெண்கள் தொடர்பால் அவமானம் - பொருள் நஷ்டம்; வண்டி - வாகனம் - கால்நடைகள் சேதாரம்; வெளிப் பயணங்களால் கடும் அலைச்சல் பண நஷ்டம்; சுகக்குறைவு போன்றவை ஏற்படும்.

IV. இடவோட்டு மேஷச் செவ்வாய் திசையில் கன்னி புதன் புத்தி காலம் 7 மாதம், 16 நாள், 48 நாழிகையாகும். இந்த கால

கட்டத்தில் உடல்நிலைக் கோளாறுகள்; அஜீர்ணக் கோளாறு - அல்ஸர் - அப்பெண்டிசைடீஸ். வாயுப் பிரச்சனை போன்றவை ஏற்படும்; எதிரிகளால் பிரச்சனை வம்பு வழக்கு தண்டச் செலவு; கடன்களால் அதிக பாதிப்புகள்; நண்பர்கள் - சுற்றத்தார்களுடன் மனக்கசப்பு - விரோதம் போன்றவை ஏற்படும்.

V. இடவோட்டு மேஷச் செவ்வாய் திசையில் கன்னி புதன் புத்திக்கு அடுத்து வரிசைப்படியே சிம்ம சூரியன் புத்தி வருகின்றது. இதன் காலம் 4 வருடம், 6 நாள் ஆகும். இந்தக் காலகட்டத்தில் புகழ் - கீர்த்தி - செல்வாக்கு பெருகும்; பொதுச் சேவையில் கௌரவங்கள் கிடைத்தல்; அரசாங்க விருதுகள் பெறல்; ஆலய சேவை மற்றும் மகான்கள் தரிசனம்; பெரிய மனிதர்கள் சந்திப்பினால் பெருமை - ஆதாயம் போன்றவை ஏற்படும்.

VI. இடவோட்டு மேஷச் செவ்வாய் திசையில் கடக சந்திரன் புத்தி காலம் 1 வருடம், 5 மாதம், 19 நாள், 12 நாழிகை ஆகும். இந்த காலகட்டத்தில் ஆடை - ஆபரணம் - பொன் - பொருள் - வீடு - வாகனம் சேர்க்கை - அபிவிருத்தி; கால்நடைகளால் ஆதாயம்; ஆரோக்கியம்; மனநிறைவான சுக வாழ்க்கை; பெண் களால் சுகம் - ஆதாயம்; நட்பு - சுற்றம் சுழ சுபகாரியங்கள்; மனமகிழ்ச்சியான உல்லாசப் பயணங்கள் போன்றவை ஏற்படும்.

VII. இடவோட்டு மேஷச் செவ்வாய் திசையிலுள்ள மிதுன புத்தி காலம் 7 மாதம், 16 நாள், 48 நாழிகையாகும். இக்கால கட்டத்தில் நுரையீரல் சம்பந்தமான - மற்றும் வாயுசம்பந்தமான உடல் பாதிப்புகள்; காரியத் தடைகள்; பிரயாணங்களால் நஷ்டம்; மாதுலவர்க்கத்தில் மனஸ்தாபம் - பகை; எதிரிகளால் பிரச்சனை; பெண்கள் வகையில் அவமானம் - தலைக்குனிவு போன்றவை ஏற்படும்.

VIII. இடவோட்டு மேஷச் செவ்வாய் திசையில் ரிஷப சுக்கிரன் புத்தி காலம் 1 வருடம், 1 மாதம், 13 நாள், 12 நாழிகை ஆகும். இந்தக் காலகட்டத்தில் தனவிரயங்கள்; வாக்கு தவறல்; தன் பேச்சே தனக்கு விரோதமாதல்; மனைவியால் பிரச்சனை; பயணங்களால் நஷ்டம் - அலைச்சல்; படிப்பு தடைபடல்; வீண் பய உணர்வு; தானியம் - கால்நடை - வாகன சேதம் போன்றவை ஏற்படும்.

IX. இடவோட்டு மேஷச் செவ்வாய் திசையில் மேஷச் செவ்வாய் புத்தி காலம் 6 மாதம், 25 நாள், 6 நாழிகை, 59 விநாடி ஆகும். இதில் மிகவும் கெடுதலான பலன்களே நடைபெறும்.

9. I. இடவோட்டு மீன குருதிசை காலம் 10 வருடங்களாகும். இதில் முதலாவதாக தனுசு குரு புத்தி காலம் 1 வருடம், 1 மாதம், 28 நாள், 34 நாழி, 17 விநாடியாகும். இந்த காலகட்டத்தில் வீட்டில் பிள்ளைகளுக்கு சுபகாரியம் நடைபெறும்; பிள்ளை பிறப்பு தன-தான்ய பொன் பொருள் சேர்க்கை; புகழ் - செல்வாக்கு உண்டாதல்; அரசாங்க ஆதரவு - கௌரவப் பதவி கிடைத்தல்; தெய்வ காரியங்கள் - பொதுச் சேவையில் நாட்டம்; நல்ல தன வருமானம்; பெரிய மனிதர்கள் சந்திப்பினால் நன்மை போன்றவை ஏற்படும்.

II. இடவோட்டு மீன குரு திசையில் மகரச் சனி புத்தி காலம், 5 மாதம், 17 நாள், 26 நாழிகை, 31 விநாடியாகும். இந்த கால கட்டத்தில் வருமானக் குறைவு; வீண் விரயச் செலவுகள்; பிள்ளைகளால் பிரச்சனை; நட்பு - உறவுகளில் விரிசல்; எதிரிகள் - கடன் பிரச்சனையால் தொல்லைகள்; உடல் நிலைக் கோளாறு அக்கம் - பக்கம் சண்டை போன்றவை ஏற்படும்.

III. இடவோட்டு மீன குரு திசையில் கும்பச் சனி புத்தி காலம் 5 மாதம், 17 நாள், 26 நாழிகை, 31 விநாடியாகும். இந்த

காலகட்டத்தில் மூட்டுவாதம்; நுரையீரல் சம்பந்தமான நோய்கள்; திருட்டு போன்றவற்றால் பொருள் விரயம்; கலகம் சண்டை போன்றவற்றால் கோர்ட் - கச்சேரி ஏறல்; கீழ்த்தரமான பெண்கள் தொடர்பால் பிரச்சனைகள் - அவமானம் - தண்டச் செலவு போன்றவை ஏற்படும்.

IV. இடவோட்டு மீன குருதிசையில் மீன குரு புத்தி காலம் 1 வருடம், 1 மாதம், 28 நாள், 36 நாழிகை, 17 விநாடியாகும். இந்தக் காலகட்டத்தில், பொன் - பொருள் சேர்க்கை; செய் தொழில் அபிவிருத்தி; உத்யோக உயர்வு; கௌரவப் பதவி கிடைத்தல்; பொதுக் காரியங்கள் - தெய்வ காரியங்களில் ஈடுபடல்; மகான்கள் - பெரிய மனிதர்கள் சந்திப்பு; வெளிதேச பிரயாணங் களால் ஆதாயம் போன்றவை ஏற்படும்.

V. இடவோட்டு மீன குருதிசையில் மேஷச் செவ்வாய் புத்தி காலம் 9 மாதம், 23 நாள், 1 நாழிகை; 21 விநாடியாகும். இந்தக் காலகட்டத்தில், விஷஜுரம்; மூளை நரம்பு மண்டலம் பாதிப் படைதல் - காமாலை - சிலந்திக் கட்டிகள் - ரத்த அழுத்தம் - மண்டையில் அடிபடல் - எலும்பு முறிவு - தலைவலி போன்றவை களால் வைத்தியச் செலவு; பிற பெண்கள் தொடர்பால் அவமானம் பொருள் நஷ்டம்; எதிரிகளால் தொல்லை போன்றவை ஏற்படும்.

VI. இடவோட்டு மீன குரு திசையில் ரிஷப சுக்கிரன் புத்தி 1 வருடம், 10 மாதம், 9 நாள்; 10 நாழிகை; 3 விநாடியாகும். இந்த காலகட்டத்தில் எடுத்த காரியங்களில் வெற்றி; நண்பர் - உறவினர் ஆதரவு; பெண்களுக்கு சுபமான காரியங்கள்; போகசுகம்; புதிய ஆடை - ஆபரணச் சேர்க்கை; விருந்து வைபவங்கள்; பிரயாணங் களால் ஆதாயம் ஏற்படும்.

VII. இடவோட்டு மீன குரு திசையில் மிதுன புதன் புத்தி காலம் 1 வருடம், 16 நாள், 44 நாழிகை, 39 விநாடியாகும்.

இந்த காலகட்டத்தில் புதிய நூதனமான வீடு - வாகனம் அமைதல்; பொன் - பொருள் சேர்க்கை; கேளிக்கைகளில் நாட்டம்; உல்லாசப் பயணம்; நல்ல பெண்கள் தொடர்பு - சுகமான வாழ்க்கை - மன மகிழ்ச்சி போன்றவை ஏற்படும்.

VIII. இடவோட்டு மீன குரு திசையில் மிதுன புதன் புத்திக்கு அடுத்து தவளை எனும் மண்டூகக் கதியில் சிம்ம சூரியன் புத்திக்கு பாயும். இதன் காலம் 6 மாதம், 19 நாள், 18 நாழிகை, 8 விநாடியாகும். இந்த காலகட்டத்தில் உஷ்ணாதிக்க - பித்த சம்பந்தமான கோளாறுகள் - காமாலை அஜீரணம் போன்ற வயிற்று பிரச்சனைகள் ஏற்படும்; புகழ் கீர்த்தி கெடும்; எதிரி களை வெற்றி கொள்ள முடியும் - கடன்கள் குறையும்; காரியத் தடைகள் நீங்கும்; நன்மை - தீமை கலந்தே நடக்கும்.

IX. இடவோட்டு மீன குரு திசையில் சிம்ம ராசியின் புத்திக்கு அடுத்து சர்ப்பகதியில் கடக சந்திரன் புத்திக்கு செல்லும். இந்த காலகட்டத்தில் புகழ் - கீர்த்தி - செல்வாக்கு பெருகும்; நற்குண மாதர்கள் தொடர்பு ஏற்படும். நீர் நிலைகள் அபிவிருத்தி அடையும். தாயார் - மனைவி - பெண் பிள்ளைகள் - சகோதரி களுக்கு சௌக்கியம், எண்ணிய காரியம் தடையின்றி நிறைவேறல் நண்பர் - உறவினர் நல்தொடர்பு - சுகமான வாழ்க்கை ஏற்படும்.

10. I. இடவோட்டு கும்பச்சனி திசை காலம் 4 வருடங்களாகும். இதில் முதலாவதாக கன்னி புதன் புத்தி காலம் 5 மாதம், 6 நாள், 8 நாழிகை, 40 விநாடியாகும். இதில் உறவினர் - நண்பர் கூடும் சுபகாரியங்கள்; செய்தொழில் மேன்மை; மாதுல வர்க்கத்தின் ஆதரவு; பொன்பொருள் சேர்க்கை; அரசாங்க ஆதரவு போன்ற நல்ல பலன் இருப்பினும் எதிர்பாராத விபத்து - கண்டம் - எதிரி களால் தொல்லை போன்றவையும் ஏற்படும்.

II. இடவோட்டு கும்பச் சனி திசையில் துலாச் சுக்கிரன் புத்தி காலம், 9 மாதம், 7 நாள், 35 நாழிகை, 25 விநாடியாகும். இந்தக் காலகட்டத்தில் வீட்டில் சுபகாரியங்கள் நடத்தல்; பெண்களுக்கு மனமகிழ்ச்சி; தீர்த்தயாத்திரை - ஆலயதரிசனம்; மகான்கள் - பெரிய மனிதர்கள் சந்திப்பால் மனமகிழ்ச்சி; புதிய வீடு - வாகனம் - நிலம் அமைதல்; கால்நடை அபிவிருத்தி; நற்குண மாதர்கள் தொடர்பு; பாக்கியங்கள் சேருதல் போன்ற நற்பலன்கள் ஏற்படும்.

III. இடவோட்டு கும்பச்சனி திசையில் விர்ச்சிக செவ்வாய் புத்தி காலம் 4 மாதம், 1 நாள், 26 நாழிகை, 45 விநாடியாகும். இந்த காலகட்டத்தில் எதிரிகள் - கடன்களால் தொல்லை; உஷ்ணாதிக்க - சிலேத்தும சம்பந்தமான வியாதிகள்; கீழ்த்தரமான பெண்கள் தொடர்பால் வியாதியும் - பிரச்சனைகளும் ஏற்படல்; அக்கம்பக்கம் - குடும்பத்தில் மனஸ்தாபம், சண்டை; விபத்து - ஜலம் - விஷஜந்துக்கள் கண்டம்; பயணங்களால் அலைச்சல் - நஷ்டம் போன்றவை ஏற்படும்.

IV. இடவோட்டு கும்பச் சனி திசையில் விர்ச்சிக செவ்வாய் புத்திக்கு அடுத்து துரக கதியில் மீன குரு புத்திக்கு பாயும். இந்த காலம் 5 மாதம், 2 நாள், 29 நாழிகை, 38 விநாடியாகும். இந்த காலகட்டத்தில் வீண் விரய தண்டச் செலவுகளால் தனப் பற்றாக் குறை ஏற்படும்; திருட்டினால் பொருள் இழப்பு; கௌரவ பாதிப்பு; தோல் வியாதிகள்; பெரிய மனிதர்கள் - அரசாங்க விரோதம் போன்றவை ஏற்படும்.

V. இடவோட்டு கும்பச் சனி திசையில் கும்பச் சனி புத்தி காலம் 2 மாதம், 9 நாள், 23 நாழிகை, 52 விநாடியாகும். இந்த காலகட்டத்தில் உடல் ஆரோக்கியம் பாதிப்படைதல்; பிற பெண்கள் தொடர்பால் பிரச்சனை - மனைவி மனஸ்தாபம்; நட்பு - உறவில் விரிசல்; எதிரிகளால் பாதிப்புகள்; கௌரவக் குறைவு; தன நஷ்டங்கள் - மன சஞ்சலம் போன்றவை ஏற்படும்.

VI. இடவோட்டு கும்பச் சனி தியையில் மகரச் சனி புத்தி காலம் 2 மாதம், 9 நாள், 23 நாழிகை, 52 விநாடியாகும். இந்த கால கட்டத்தில் விஷஜுரம் - மூட்டு வாதம் - ஸ்பைனல்கார்டு - சிலந்திக் கட்டிகள் - வைசூரி - காமாலை போன்றவைகளால் உடல் நிலை பாதிப்புகளும் அதனால் தன விரயம் ஏற்படுதல்; மாந்திரீகம் - போன்றவற்றால் பாதிப்பு; எடுத்த காரியங்கள் அனைத்திலும் தோல்வி - தேவையற்ற பய உணர்வு - மன சஞ்சலம் - குழப்பம் போன்றவை ஏற்படும்.

VII. இடவோட்டு கும்பச் சனி திசையில் தனுசு குரு புத்தி காலம் 5 மாதம், 23 நாள், 29 நாழிகை, 38 விநாடியாகும். இந்த காலகட்டத்தில் பிள்ளைகளுக்கு சுபகாரியங்கள் நடத்தல்; தரும காரியங்கள் - ஆலய சேவை செய்தல் - உபன்னியாசங்கள் கேட்டல்; பொதுச் சேவையில் கௌரவம் கிடைத்தல்; அரசாங்க ஆதரவு - உதவிகள் கிடைத்தல்; பொன் - பொருள் சேர்க்கை ஏற்படும்.

VIII. இடவோட்டு கும்பச் சனி திசையில் விருச்சிக செவ்வாய் புத்தி காலம் 4 மாதம், 1 நாள், 26 நாழிகை, 45 விநாடியாகும். இந்த காலகட்டத்தில் விபத்து - கண்டம் - ஆயுதம் - நெருப்பு - ஜலம் - விஷஜந்துக்களினால் பாதிப்பு; கீழ்தரமானவர்களின் தொடர்பால் பிரச்சனைகள் - தன நஷ்டம் - பணக் கஷ்டம்; கடன் தொல்லை; உடல் நிலை பாதித்தல்; சகோதரர்களிடம் பகை சண்டை; மனைவியிடம் மனஸ்தாபம் போன்றவை ஏற்படும்.

IX. இடவோட்டு கும்பச் சனி திசையில் துலாம் சுக்கிரன் புத்தி காலம் 9 மாதம், 7 நாள், 35 நாழிகை, 25 விநாடியாகும். இந்த காலகட்டத்தில் வீடு - நிலம் - வாகனம் - கால்நடை அபிவிருத்தி; ஆடை - ஆபரணச் சேர்க்கை; வீட்டில் சுற்றம் - நட்பு சூழ சுபகாரியங்கள் நடைபெறல்; அழகிய பெண்கள் தொடர்பால் சுகம் - மகிழ்ச்சியான வாழ்க்கை ஏற்படும்.

11. I. இடவோட்டு மகரச் சனி திசை காலம் 4 வருடங்களாகும். இதில் முதலாவதாக கன்னி புத்தி புத்தி காலம் 5 மாதம், 2 நாள், 28 நாழிகை, 14 விநாடியாகும். இந்த காலகட்டத்தில் வீட்டில் சுபகாரியங்கள்; ஆலய சேவை - தெய்வ காரியங்கள் நடத்தல்; மகான்கள் - பெரிய மனிதர்கள் சந்திப்பு; பிக்னிக் போன்ற உல்லாச பயணங்களால் மனமகிழ்ச்சி; மாதுல வர்க்க ஆதரவு - நண்பர்கள் உதவி போன்றவை ஏற்படும்.

II. இடவோட்டு மகரச் சனி திசையில் சிம்ம சூரியன் புத்தி காலம் 2 மாதம், 24 நாள், 42 நாழிகை, 21 விநாடியாகும். இந்த காலகட்டத்தில் மனைவி பகை - சுற்றத்தார் விரோதம் - மனக் கஷ்டம் - பணக் கஷ்டம்; அல்ஸர் போன்ற வயிற்றுக் கோளாறு - கல்லீரல் பாதிப்பு; விஷக் காய்ச்சல்; சிலந்திக் கட்டிகள்; வாகன விபத்து - எலும்பு முறிவு - உஷ்ணக் கோளாறு போன்றவை ஏற்படும்.

III. இடவோட்டு மகரச் சனி திசையில் கடக சந்திரன் புத்தி காலம் 11 மாதம், 25 நாள், 45 நாழிகை, 53 விநாடியாகும். இந்த காலகட்டத்தில் தாயாருக்கு உடல்நலக் குறைவு, பெண்களால் அவமானம்; சிலேத்தும நோய்கள் - இருதய சம்பந்தமான நோய்கள்; நண்பர்கள் உறவினர்களிடம் மனஸ்தாபம் - பகை; தனநஷ்டம் - பொருள் விரயம் போன்றவை ஏற்படும்.

IV. இடவோட்டு மகரச் சனி திசையில் மிதுன புதன் புத்தி காலம் 5 மாதம், 2 நாள், 28 நாழிகை, 14 விநாடியாகும். இந்தக் காலகட்டத்தில் எதிரிகளை வெற்றி கொள்ளல்; பழைய நிலுவை யான கடன்கள் வசூலாகுதல்; புதிய கடன் முயற்சிகள் வெற்றி பெறுதல்; நோய்த் துன்பங்கள் நீங்குதல்; பங்காளி பிரச்சனை தீருதல்; தைரியத்துடன் புதிய தொழில் முயற்சிகளில் ஈடுபடல் போன்று நடக்கும்.

V. இடவோட்டு மகரச் சனி திசையில் ரிஷப சுக்கிரன் புத்தி காலம் 9 மாதம், 1 நாள், 3 நாழிகை, 32 விநாடியாகும். இந்தக் காலகட்டத்தில் வீட்டில் சுபகாரியங்கள் நடத்தல்; பெண்களுக்கு மன மகிழ்ச்சி; மனைவியினால் அதிக சுகம்; நற்குண பிற மாதர்கள் தொடர்பினால் சந்தோஷம்; தன - தான்ய - பொருள் சேர்க்கை; வீடு - வாகனம் - நிலம் அபிவிருத்தி; வெளியூர் பயணங்களால் நல்ல ஆதாயம் போன்றவை ஏற்படும்.

VI. இடவோட்டு மகரச்சனி திசையில் மேஷச் செவ்வாய் புத்தி காலம் 3 மாதம், 28 நாள், 35 நாழிகை, 18 விநாடியாகும். இந்த காலகட்டத்தில் எடுத்த காரியங்களில் தோல்வி; தைரியமின்மை; விரயச் செலவுகள்; காது நோய்; விவசாயத்தில் நஷ்டம்; கால் நடைகள் சேதாரம்; பயணங்களால் அலைச்சல் - விரயம்; உடல் நிலை பாதிப்புகளால் சுகக் குறைவு; தாயார் உடல் நிலை பாதிப்பு போன்றவை ஏற்படும்.

VII. இடவோட்டு மகரச்சனி திசையில் மேஷச் செவ்வாய் புத்திக்கு அடுத்து சிங்காவலோகன கதியில் தனுசு குரு புத்திக்கு பாயும். இந்தக் காலம் 5 மாதம், 19 நாள், 24 நாழிகை, 42 விநாடி ஆகும். இந்தக் காலகட்டத்தில் திடீர் செலவினங்கள்; வெளி தேசப் பயணங்கள் அல்லது குலதெய்வ பிரார்த்தனைக்கான செலவுகள்; பிள்ளைகள் படிப்பு - திருமணம் போன்ற செலவினங்கள் ஏற்படும்.

VIII. இடவோட்டு மகரச் சனி திசையில் விருச்சிக செவ்வாய் புத்தி காலம் 4 மாதம், 1 நாள், 26 நாழிகை, 45 விநாடியாகும். இந்த கால கட்டத்தில் செய்தொழிலில் நஷ்டம்; மூத்த சகோதரர் பகை; எதிரிகள் சூழ்ச்சியால் தொல்லை; பிற மாதர் தொடர்பால் பிரச்சனை - அவமானம்; வெளிதேசப் பயணங்களால் நஷ்டம்; சிலேத்தும நோய்கள்; பெண் தொடர்பான வியாதிகள்; சிறுநீரகக் கோளாறு போன்றவை ஏற்படும்.

12. I. இடவோட்டு தனுசு குரு திசை காலம் 10 வருடங்கள் ஆகும். இதில் முதலாவதாக மீன குரு புத்தி காலம் 1 வருடம். இந்த காலகட்டத்தில் பொன் - பொருள் சேர்க்கை; நிலம் - வீடு - வாகன - கால்நடை அபிவிருத்தி; சுகமான நற்பயணங்கள்; தாயார் சௌக்யம்; பெண்களுக்கு மனமகிழ்ச்சி; ஆலய சேவை; நற்குணமாதர்கள் தொடர்பால் சந்தோஷம் போன்றவை ஏற்படும்.

II. இடவோட்டு தனுசு குரு திசையில் இரண்டாவதாக மேஷச் செவ்வாய் புத்தி காலம் 8 மாதம், 12 நாள். இந்தக் காலகட்டத்தில் புகழுக்கு களங்கம்; எதிரிகள் சூழ்ச்சியால் தொல்லை; உறவுகள் - நட்பில் விரிசல் - மனஸ்தாபம்; கீழ்த்தரமானவர்கள் தொடர்பால் பிரச்சனைகள்; தன விரயங்கள்; பொருள் நஷ்டம்; தொழில் முடக்கம் - வருமானக் குறைவு ஆகியவை ஏற்படும்.

III. இடவோட்டு தனுசு குரு திசையில் ரிஷப சுக்கிரன் புத்தி காலம் 1 வருடம், 7 மாதம், 6 நாளாகும். இந்த காலகட்டத்தில் எதிர்பாராத பொருள் நஷ்டம்; அக்கம் பக்கத்தார் பகை - பங்காளிகள் பிரச்சனை; அரசாங்க விரோதம் - தண்டனை; திருட்டுப் போதல்; உடல் நிலை பாதிப்புகள்; கடன் தொல்லைகள்; எதிரிகள் பயம் போன்றவை ஏற்படும்.

IV. தனுசு குரு திசையில் மிதுன புதன் புத்தி காலம் 10 மாதம் 24 நாள். இந்தக் காலகட்டத்தில் மனைவியிடம் சண்டை - மனஸ்தாபம்; நட்பு உறவுகளில் பகை; பயணங்களால் கடும் அலைச்சல் - தன விரயம்; பிற மாதர் தொடர்பால் அவமானம் - பண நஷ்டம் போன்றவை ஏற்படும்.

V. தனுசு குரு திசையில் புதன் புத்திக்கு அடுத்து தவளைக் கதியில் சிம்ம சூரியன் புத்திக்கு பாயும். இதன் காலம் 6 மாதம் ஆகும். இந்தக் காலகட்டத்தில் உஷ்ணாதிக்க - பித்தக் கோளாறுகள் - வயிற்றுப் பிரச்சனைகள் ஏற்படும்; தர்ம

காரியங்கள் - ஆலய சேவை செய்தல்; பெரிய மனிதர்கள் - மகான்கள் சந்திப்பினால் மனமகிழ்ச்சி; தகப்பனால் ஆதரவு; எதிரிகள் அடிபணிதல்; அரசாங்க கௌரவம் ஏற்படும்.

VI. இடவோட்டு தனுசு குரு திசையில் சிம்மத்திலிருந்து கடக சந்திரன் புத்திக்கு சர்ப்பகதியில் பாயும். இதன் காலம் 2 வருடம், 1 மாதம், 6 நாள். இந்தக் காலகட்டத்தில் சிலேத்தும சம்பந்தமான தொல்லைகள்; இருதயக் கோளாறுகள்; இரத்த அழுத்தம்; டயரியா - டிஸென்ட்டரி போன்ற வயிற்றுப் போக்கு - ஜலகண்டம் - விபத்துக்கள் - வழக்கு போன்றவை ஏற்படும்.

VII. இடவோட்டு தனுசு குரு திசையில் கடகத்துக்கு அடுத்து மயூரகதியில் கன்னி புதன் புத்திக்கு பாயும். இதன் காலம் 10 மாதம், 24 நாள். இந்தக் காலகட்டத்தில் செய்தொழில் முடக்கம்; வருமானக் குறைவு; உடல் நலபாதிப்புகள்; மாதுல வர்க்கப் பகை; நட்புகளில் விரிசல்; மனைவியிடம் சலிப்பு - மனஸ்தாபம்; பிற மாதர்கள் தொடர்பால் பிரச்சனை; அக்கம் - பக்கம் சண்டை போன்று நடக்கும்.

VIII. இடவோட்டு தனுசு குரு திசையில் துலாச் சுக்கிரன் புத்தி காலம் 1 வருடம், 7 மாதம், 6 நாள் ஆகும். இந்தக் கால கட்டத்தில் மூத்த சகோதர பகை; லாபக் குறைவு; வெளியூர் பயணங்கள் - கால்நடை - வாகன சேதாரம் மன சஞ்சலம்; அல்ஸர் போன்ற வயிற்று பாதிப்புகள்; சிலேத்தும நோய் தாக்குதல்; மனைவியிடம் சண்டை - மனஸ்தாபம்; பிற மாதர்கள் தொடர்பால் அவமானம்; வழக்கு போன்ற பிரச்சனைகள் ஏற்படும்.

IX. இடவோட்டு தனுசு குரு திசையில் கடைசியாக விருச்சிக செவ்வாய் புத்தி காலம் 8 மாதம், 12 நாள். இந்த காலகட்டத்தில் விரய தண்டச் செலவுகள் ஏற்படும்; விபத்துக்கள் - கண்டங்கள்;

விஷ ஜந்துக்களால் பாதிப்பு; திருட்டினால் பொருள் இழப்பு; எதிரிகளால் - பிற மாதர்களால் அவமானம்; பெண் தொடர்பான நோய் - சிலேத்தும - வியாதிகள் - சிறுநீரகக் கோளாறு - வைத்தியச் செலவுகள் போன்றவை ஏற்படும்.

அன்பான வாசர்களே இதுவரையில் காலச்சக்கர திசை பற்றி கண்டோம். தற்போது இது வழக்கில் அதிக அளவில் இல்லை. எங்கோ சிலர் (அதிலும் தவறாகவும்) போடுகின்றார்கள். மூலநூல்களில் தெளிவான பலன்கள் கொடுக்கப்படவில்லை. ஓரளவு மட்டும்தான் உள்ளது. இதைப் பற்றி அறிந்து கொள்ள தெளிவான வழிமுறைகள் இல்லாத நிலையில் இதைப் பற்றியும் அறிந்து கொள்ள வேண்டும் என்றே இதை இங்கு அளித்தேன்.

பலன்களில் மூலநூல்களின் கருத்துக்களுடன் அனுபவத் தையும் சேர்த்து அளித்துள்ளதால் 75% சதவிகிதம் வரை ஒத்து வரக்கூடும். பயன்படுத்திக் கொள்ள விரும்பும் வாசகர் பயன் படுத்திக் கொள்ளலாம். மற்றவர்கள் காலச் சக்கர திசையைப் பற்றி அறிந்து கொண்டுள்ளோம் என்ற பெருமையும் - திருப்தியும் அடைவதுடன் தவறாகப் போடப்பட்டிருப்பதையும் அறிந்து கொள்ளலாம்.

ஜோதிட சாஸ்திரத்தில் காலச்சக்கர திசை போன்ற பல விஷயங்கள் தற்போதைய அவசர உலகத்தின், அவசர சூழ்நிலையில் கண்டு கொள்ளப்படாமல் ஒதுக்கப்பட்டுள்ளது. அறிந்து பலன் கூறினாலும் உரிய சன்மானம் என்பது இல்லை என்றாலும், இதைப் பற்றி அறிந்து கொள்ள முடியாதவர்கள், இதுவெல்லாம் தேவையில்லாதவைகள் என்று தடாலடியாக அடித்து விடுகின்றார்கள். அறிந்து கொள்ள வேண்டிய அக்கரை சற்றும் இவர்களுக்கு இருப்பதில்லை. இவர்கள் அறிந்து கொள் முயற்சிக்காவிட்டாலும், அறிந்து கொள்ள முயலுபவர்களைக் கூட மட்டம் தட்டும் இவர்களின் போக்கு விசித்திரமானதுதான்.

ஜோதிட சாஸ்திரத்தின் நுணுக்கங்களை முழுவதுமாகப் பயன் படுத்திக் கொள்ளவில்லை என்றாலும் அதை அறிந்து கொள்வதில் தவறு என்ன உள்ளது.

இவர்களை அலட்சியப் படுத்தி ஒதுக்கிவிட்டு நாம் நம் வழியில் சென்று ஜோதிட சாஸ்திரத்தின் நுணுக்கமான விஷயங் களை அறிந்து கொள்ள முயலலாம். நாம் ஏற்கனவே தசவர்க்கம் பற்றி அறிந்துள்ளோம். இவைகளில் நாம் அதிகமாகப் பயன் படுத்துவது ராசி - நவாம்சம் - திரேக்காணம் ஆகிய மூன்றையும் தான். இதிலும் கூட அநேகர் திரேக்காணத்தைக் கூட போடு வதில்லை. ஆனால் ராசி - நவாம்சம் இரண்டையும் அநேகர் பயன்படுத்துகிறார்கள். நவாம்சம் போடாமல் வெறும் ராசிக் கட்டத்தை மட்டும் பயன்படுத்துபவர்களும் உண்டு என்பதை நாம் மறந்துவிட முடியாது. இது சரியான வழி இல்லை என்றாலும் இப்படியே பழகிவிட்ட அவர்களை மாற்றுவது கடினமே !

நாம் இவர்கள் வழியில் எப்போதுமே போகப் போவ தில்லை என்பதால் அவர்களை விட்டுத் தள்ளி தனி வழியே செல்கின்றோம் என்பதுதான் நடைமுறை உண்மை. இப்படி போடப்படும் உயிர் லக்னம், அம்சா லக்னம், திரேக்காண லக்னம் போலவே மேலும் சில லக்னங்கள் உள்ளது. அவைகளைப் பற்றி கீரனூர் நடராஜன் அவர்களின் ஜாதக அலங்காரம் என்னும் மூல நூலில் குறிப்பிடப்பட்டுள்ளது. அவை பின் வருமாறு :

1. ஓரா லக்னம்
2. கடிகாலக்னம்
3. தாரா லக்னம்
4. இந்து லக்னம்

இவைகளைப் பற்றியும் அறிந்து கொள்ளலாமே. ஓரா லக்னம் என்பது பற்றி நம் ஜோதிட ஆராய்ச்சித் திரட்டு புத்தகத்தில் முன்பே அறிந்து கொண்டுள்ளோம். எனினும் அது பற்றி சற்று விளக்கமாக இங்கு காணலாம். ஓரா லக்னத்தில் சூரிய ஓரை - சந்திரன் ஓரை என்று 15 பாகைகளுக்கு பிரித்து ஆண் ராசிகளுக்கு முதல் 15 பாகை சூரிய ஓரை என்றும் பின் 15 பாகைள் சந்திர ஓரை என்றும், பெண் ராசிகளுக்கு முதல் 15 பாகை சந்திர ஓரை என்றும் பின் 15 பாகை சூரியன் ஓரா என்றும் பட்டியல் மூலம் போடும் முறையை நாம் அறிந்துள்ளோம்.

1. ஓரா லக்னம் :

இந்த ஓரா லக்னம் என்பது அதிலிருந்து சற்று மாறுபாடாக அமையும். ஒவ்வொரு ஆண் ராசியின் முதல் 15 பாகை ஆண் ராசி ஆதிபத்தியத்திலும் பின் 15 பாகை பெண் ராசியின் ஆதிபத்தியத்திலும்; ஒவ்வொரு பெண் ராசியின் முதல் 15 பாகை பெண் ராசி ஆதிபத்தியத்திலும் பின் 15 பாகை ஆண் ராசி ஆதிபத்தியத்திலும் அமையும்.

12 ராசிகளில் 6 ஆண் ராசிகளும், 6 பெண் ராசிகளும் உள்ளது என்பது நாம் அறிந்ததே;

ஒவ்வொரு ராசிக் கட்டத்திலும் செவ்வாய் - புதன் - குரு - சுக்கிரன் - சனி ஆகிய ஐந்து கிரகங்களுக்கும் தலா ஆண் ராசி ஒன்றும், பெண் ராசி ஒன்றும் தங்கள் ஆதிபத்தியத்தில் உள்ளது. சூரியனுக்கு ஆண் ராசியான சிம்மமும் - சந்திரனுக்கு பெண் ராசியான கடகமும் மட்டுமே ஆதிபத்தியம் பெற்றதாக உள்ளது.

செவ்வாயின் வீடுகளான	மேஷம்	ஆண்ராசி
	விருச்சிகம்	பெண்ராசி
புதனின் வீடுகளான	மிதுனம்	ஆண்ராசி
	கன்னி	பெண்ராசி

குருவின் வீடுகளான	தனுசு	ஆண்ராசி
	மீனம்	பெண்ராசி
சுக்கிரனின் வீடுகளான	துலாம்	ஆண்ராசி
	ரிஷபம்	பெண்ராசி
சனியின் வீடுகளான	கும்பம்	ஆண்ராசி
	மகரம்	பெண்ராசி
சூரியனின் வீடான	சிம்மம்	ஆண்ராசி
சந்திரனின் வீடான	கடகம்	பெண்ராசி

ஒரு ஜாதகத்தில் கொடுக்கப்பட்டுள்ள மொத்த பாகை அளவில் நாம் ஏற்கனவே ஓரா சக்கரம் அமைக்கும் முறைப்படி, அந்த ராசியில் கிரகங்கள் உள்ள பாகையை கணக்கிட்டு ஆண் ராசியானால் அதன் முன் 15 பாகையில் உள்ள லக்னம், மற்றும் கிரகங்கள் சூரியன் ஓரையில் அமையும், பின் 15 பாகையில் உள்ள லக்னம் மற்றும் கிரகங்கள் சந்திரன் ஓரையில் அமையும். பெண் ராசியாக இருப்பின் அந்த ராசியின் 15 பாகையில் உள்ள லக்னம், மற்றும் கிரகங்கள் சந்திரன் ஓராவில் அமையும். பின் 15 பாகையில் உள்ள கிரகங்கள் மற்றும் லக்னம் சூரியன் ஓராவில் அமையும்.

ஓரா லக்னம் என்பது சற்று மாறுபாடாக அமையும். ஒரு ராசி ஆண் ராசியாக இருந்து அதில் உள்ள லக்னமோ, கிரகங் களோ முன் 15 பாகைக்குள் இருந்தால் அந்த ராசியிலேயே அமையும். பின் 15 பாகைக்குள் இருப்பவைகள் அந்த ராசி அதிபதியின் மற்றொரு ராசியான பெண் ராசியில் அமையும். ஒரு ராசி பெண் ராசியாக இருந்து அதன் முன் 15 பாகையில் உள்ள லக்னம் - கிரகங்கள் அந்த பெண் ராசியிலேயே

அமையும். பின் 15 பாகைக்குள் இருக்கும் லக்னம் - கிரகங்கள் அந்த ராசி அதிபதியின் மற்றொரு ஆண் ராசியில் அமையும்.

உதாரணமாக,

லக்னம் 1 ராசி 11-15 பாகையில் இருந்தால் அது பெண் ராசியான ரிஷபம் ஆகும். அந்த ராசியின் முதல் 15 பாகைக்குள் இருப்பதால் லக்னம் ரிஷபமே ஆகும். சூரியன் 2 ராசி 17-0ல் இருப்பதால் மிதுன அதிபதியின் மற்றொரு பெண் ராசியான கன்னியில் சூரியன் அமைவார். லக்னம் - மற்றும் கிரகங்களின் மொத்த பாகையில் முன் சென்ற ராசிகளின் பாகை அளவைக் கழித்தால் அந்த ராசியில் லக்னம் அல்லது கிரகங்கள் உள்ள பாகை அளவு வந்து விடும்.

உதாரணமாக,

லக்னம் 41-15 பாகையில் உள்ளது எனும் போது அதில் 1 பாகை அளவான 30ஐக் கழிக்க வருவது (41.15-30.00 = 1-11-15) அந்த ராசியில் லக்னம் உள்ள பாகையாகும். அதாவது சூரிய சந்திர ஓராச் சக்கரம் அமைக்கும் முறையிலேயே கணக்கிட்டு, அந்தந்த ராசியின் முன் 15 பாகை - பின் 15 பாகைகளுக்கேற்ப அந்த ராசி அதிபதியின் ஆண் - பெண் ராசிகளில் அமையும். இதன் ஒரு உதாரணத்துடன் விளக்கினால் எளிதாகப் புரிந்து கொண்டு ஓரா லக்னம் அமைத்து விடலாம்.

நட்சத்திரம்	பாதம்	கிரகம்	பாகை-கலை	ராசி	பாகை-கலை
மிருகசீரிடம்	1ல்	லக்	56 - 25	1 ராசி	26 - 25
கேட்டை	1ல்	சூரியன்	228 - 45	7 ராசி	18 - 45
மகம்	3ல்	சந்திரன்	127 - 25	4 ராசி	7 - 25
சித்திரை	3ல்	செவ்வாய்	180 - 06	6 ராசி	0 - 06

அனுஷம்	1ல் புதன்	215	-	56	7 ராசி	5 - 56
திருஓணம்	3ல் குரு	283	-	23	9 ராசி	13 - 23
அனுஷம்	2ல் சுக்கிரன்	217	-	41	7 ராசி	7 - 41
அனுஷம்	1ல் சனி	218	-	32	7 ராசி	8 - 32
பரணி	1ல் ராகு	13	-	32	0 ராசி	13 - 42
சுவாதி	3ல் கேது	193	-	42	6 ராசி	13 - 42

மேலே உள்ள கிரக நிலைகளை ஓரா லக்கின சக்கரத்தில் போடும் முறை பற்றி காணலாம். முதலில் லக்னத்தைப் பார்ப்போம். ரிஷப லக்னம். முன்னால் மேஷ ராசி போக, ரிஷபத்தின் 26-25 பாகையில் லக்னம் உள்ளது. இது பெண் ராசி என்பதால் 15 பாகைக்குள் இருநதால் பெண் ராசியான ரிஷபத் திலேயே போட வேண்டும். 15 பாகைக்கு மேல் லக்னம் உள்ளதால் இந்த ரிஷப ராசியின் அதிபதியான சுக்கிரனின் மற்றொரு ஆண் ராசியான துலாத்தில் லக்னம் போடப்பட வேண்டும்.

அடுத்து சூரியன் 228 - 4ல் உள்ளது. இது விருச்சிக ராசியில் வருகின்றது முன்னதாக உள்ள 7 ராசிகளின் 210 பாகையைக் கழித்துவிட விருச்சிக ராசியின் 18.45 பாகையில் சூரியன் உள்ளார். முன் 15 பாகை பெண் ராசிக்கு என்பதால், சூரியன் இந்த ராசி அதிபதியான செவ்வாயின் ஆண் ராசியான மேஷத்தில் போடப்பட வேண்டும்.

சந்திரன் உள்ள பாகை 127-25. இது சிம்ம ராசியாகும். இதன் அதிபதி சூரியன் இவருக்கு சிம்மம் ஒரு வீடு மட்டும்தான் ஆதிபத்தியம். இதில் 4 ராசியைக் கழிக்க சிம்மத்தில் 7-25 பாகையில் சந்திரன் உள்ளார். எனவே முதல் 15 பாகை ஆண்

ராசி என்பதால் சந்திரனை சிம்மத்திலேயே போட வேண்டும். பின் 15 பாகையில் உள்ள கிரகத்தை என்ன செய்வது. சிம்ம அதிபதியான சூரியனுக்கு ஒரு வீடு மட்டும் தானே உள்ளது என்ற சந்தேகம் எழவே செய்யும். உண்மையில் இந்த ஓரா என்பதே சூரிய சந்திரர்களின் அடிப்படைதான் என்பதால் சிம்மராசியின் பின் 15 பாகைகளில் உள்ளவைகளை சந்திரனின் கடகத்தில் போடப்பட வேண்டும்.

இதேபோல்தான் கடகத்தின் முதல் 15 பாகைகள் கடகத்துக்கும், பின் 15 பாகைகள் சிம்மத்துக்குமாக போய் விடும். சிம்மம், கடகம் ஆகிய இரண்டு மட்டுமே இரட்டை ஆதிபத்தியம் இல்லாமல் ஒற்றை வீடு ஆதிபத்தியம் கொண்டதாகும். எனவே இவ்விரண்டை மட்டும் சூரிய, சந்திர ஓரையின் அடிப்படையில் சூரியன் வீடான சிம்மம், சந்திரனின் வீடான கடகம் ஆகிய இரண்டையும் பயன்படுத்திக் கொள்ள வேண்டும்.

அடுத்து செவ்வாய் 180-0ல் உள்ளார். முன் 6 ராசிகளின் 180 பாகை போக துலாம் ராசியின் 0-06 பாகையில் செவ்வாய் உள்ளார். துலாம் ஆண் ராசி என்பதால் முன் 15 பாகை துலாத்துக்கே சொந்தம் என்பதால் செவ்வாய் துலாத்தில் இடம் பெறுகின்றார்.

புதன் 215-56 பாகையில் உள்ளார் முன் ராசியான 7-ன் பாகைகள் 210.00 போக, விருச்சிகத்தின் 5-56 பாகையில் புதன் உள்ளார். இது பெண் ராசி முதல் 15 பரகைகள் விருச்சிகத்துக்கே என்பதால் புதன் விருச்சிக ராசியிலேயே போடப்பட வேண்டும்.

குரு 283.23 பாகையில் உள்ளார். முன் ராசியான 9 ராசியின் பாகையான 270-00 போக, மகரத்தின் 13.23 பாகையில் குரு உள்ளதால் முதல் 15 பாகை மகரம் பெண் ராசி என்பதால் அதற்கே செல்லும். குரு மகரத்தில் போடப்பட வேண்டும்.

சுக்கிரன் 217-41 பாகையில் உள்ளார். இது விருச்சிகம் ஆகும். முன் ராசியில் 210 பாகை போக, விருச்சிகத்தின் 7.41 பாகையில் சுக்கிரன் இருப்பதால் முன் 15 பாகை பெண் ராசி என்பதால் அந்த ராசிக்கே சொந்தம். எனவே சுக்கிரன் விருச்சிக ராசியிலேயே அமையும்.

சனி 218.41 பாகையில் உள்ளார். இதுவும் விருச்சிகத்தின் முன் 15 பாகையிலேயே உள்ளதால் விருச்சிக ராசியிலேயே சனி அமைவார். அடுத்து ராகு 13-12 பாகையில் உள்ளார். இது மேஷத்தின் முன் 15 பாகையில் உள்ளதால் ஆண் ராசியான மேஷத்திலேயே ராகு அமைவார். அடுத்து கேது அவருக்கு எதிரான ராசியான துலாத்தின் 15 பாகைக்குள் உள்ளதால் துலாத்திலேயே கேது அமைவார். இந்தப் படிக்கு ஓரா லக்ன சூத்திரம் பின்வருமாறு :

<table>
<tr><td></td><td>ரா</td><td>ல</td><td></td></tr>
<tr><td></td><td colspan="2" rowspan="2">இராசி</td><td></td></tr>
<tr><td>குரு</td><td>சந்</td></tr>
<tr><td></td><td>சூரி புத
சுக் சனி</td><td></td><td></td></tr>
</table>

ஓரா லக்கினம் கொண்டு விசேஷமான பலன்கள் எதுவும் குறிப்பிடும்படியான மூல நூல்களில் இல்லை. ஓராலக்னத்தை உச்சம், ஆட்சி பெற்ற கிரகங்கள் பார்த்தால் ராஜயோகம் உண்டாகு மென மூல நூல்கள் குறிப்பிடுகின்றன. பெரும் அதிகார பதவிகள் கிடைக்கும். பலர் மதிக்கும்படியான வாழ்க்கை அமையும்.

	சூரி ரா		
	ஓரா சக்கரம்		
குரு			சந்
	புத சுக் சனி	ல செ கே	

2. கடிகாலக்னம் :

கடிகா என்பது நாழிகையாகும். தூய தமிழில் நாழிகைக்கு கடிகை என்ற குறிப்பிடப்படும். ஜோதிட சாஸ்திரத்தில் 1 நாளுக்கு 60 நாழிகை என்று உள்ளதை நாம் ஏற்கனவே அறிவோம். 1 நாழிகைக்கு கடிகார மணிப்படி 24 நிமிடமாகும். 60 நாழிகைக்கு 24 மணியாகும்.

ஒரு ஜாதகன் பிறந்த நேரப்படி சூரிய உதயம் முதல் ஜாதகன் ஜனனம் வரையிலான சூரியன் உதியாதி நாழிகையை

12ஆல் வகுத்து வரும் மீதியை ஜன்ம லக்னம் முதல் எண்ணி வர எந்த ராசி வருகின்றதோ அதுவே கடிகா லக்னமாகும். இதை ஒரு உதாரணத்தின் மூலம் காணலாம்.

ஒரு ஜாதகன் காலை 11 மணிக்கு ஜனனம். சூரிய உதயம் காலை 6-00 மணி. ஜனன நேரம் மொத்த மணி 5 ஆகும். 5 X 2½ = 12½ நாழிகை ஆகும். ஜாதகர் ஜனன நாழிகையான 12½-ஐ 12 ஆல் வகுத்து வரும் மீதியை, ஜனன லக்னம் முதல் எண்ணி வர வருவது கடிகா லக்னமாகும். இந்த ஜாதகர் வைகாசி 1ம் தேதி பிறந்தவர் என எடுத்துக் கொள்வோம்.

வைகாசி 1ல் ரிஷபராசி இருப்பு	5-04
மிதுனம்	5-15
கடகம்	5-30

	15-49
ஜனன நாழிகை	12-30

கடக இருப்பு	3-19

எனவே இவரின் ஜனன லக்னம் கடகமாகும். ஏற்கனவே 12½ நாழிகையை 12ஆல் வகுத்தால் வருவது ½ நாழிகை யாகும். இது 1ம் பகுதியிலேயே உள்ளதால், ஜனன லக்னம் முதல் எண்ண கடகமே வருவதால் இவரின் கடிகா லக்னம் கடகமே ஆகும். கடிகா லக்னத்தை ஆட்சி, உச்ம் பெற்ற கிரகங்கள் பார்த்தால் நல்ல யோகம் கிடைக்கும் என்று மூலநூல்களில் குறிப்பிட்டுள்ளது.

3. தாரா லக்னம்

தாரா லக்னம் என்பதற்கு நட்சத்திர லக்னம் என்று கூறப் படுகின்றது. ஜனன ஜாதகப்படி ஜன்ம நட்சத்திரத்தில் கெர்ப்ப

செல் எவ்வளவோ அந்த அளவை ஐந்து நாழிகைக்கு ஒரு லக்னமாக எண்ண வருவது எதுவோ அதை ஜன்மலக்ன முதலாக எண்ணி போடுவது தாராலக்னமாகும்.

உதாரணமாக, ஒருவருக்கு அஸ்வினி நட்சத்திரத்தில் கெர்ப்ப செல் 16 நாழிகை என்றும் அவர் மிதுனலக்னத்தில் பிறந்தவர் என்றும் வைத்துக் கொள்ளலாம். அஸ்வினியின் கெர்ப்பச் செல் நாழிகை 16ஐ 5ஆல் வகுத்தால் 4வது (16 ÷ 5 = 3 மீதி 1 என்பதால்) பகுதி வரும். மிதுன லக்ன முதல் எண்ண 4வதாக கன்னி வரும். இதுவே இந்த ஜாதகரின் தாராலக்னம் ஆகும். தாரா லக்கினத்தையும் ஆட்சி, உச்சம் பெற்ற கிரகங்கள் பார்த்தால் ராஜயோகம் உண்டு என்று கூறப்படுகின்றது.

4. இந்து லக்னம் :

இதையும் அநேகர் கவனிப்பதே இல்லை. முன்பு கூறப் பட்ட ஓரா லக்னம், கடிகா லக்னம், தாரா லக்னத்தை விடவும் இந்த லக்னம் அதிகமாகப் பயன்படுகின்றது. இந்து என்றால் மதி எனும் சந்திரனாகும். ஆயினும் இந்து லக்னத்தை சந்திரா லக்னம் என்று எடுத்துக் கொள்ளக் கூடாது. சந்திரா லக்னம் என்பது ராசிக் கட்டத்தில் சந்திரன் இருக்கும் ராசியையே குறிப்பிடுவது ஆகும். சந்திரன் இருக்கும் ராசியைத்தான் சந்திரா லக்னம் என்று கூறுவார்கள். எனவே இந்து லக்னம் வேறு, சந்திரா லக்னம் என்பது வேறு.

இந்து லக்னம் காண கணக்கீடு உள்ளது. அதற்கு முதலாவதாக கிரககளா பரிமாணம் என்ற அட்டவணை பயன் உள்ளதாகும். கிரககளா பரிமாணம் என்றால் சூரியன் முதல் சனி வரையிலுமுள்ள 7 கிரகங்களும் கொடுக்கப்பட்டிருக்க எண்ணின் அளவாகும். இதில் ராகு - கேது எனும் சாயா கிரகங்களுக்கு இடம் இல்லை.

கிரககளா பரிமாணம் கீழ்கண்டவாறு :

1.	சூரியன்	30
2.	சந்திரன்	16
3.	செவ்வாய்	6
4.	புதன்	8
5.	குரு	10
6.	சுக்கிரன்	12
7.	சனி	1

இதை கீழ்கண்டவாறு ராசி முறைப்படி அமைத்துக் கொண்டால் எளிமையாக இருக்கும்.

குரு 10	செ 6	சுக் 12	புத 8
சனி 1			சந் 16
சனி 1			சூரி 30
குரு 10	செ 6	சுக் 12	புத 8

இவற்றையெல்லாம் மொத்தமாகக் கூட்டினால் 120 வரும். தசாக்களின் மொத்த வருடங்களும் 120தான் என்பதைக் கவனிக்க வேண்டும்.

இனி இந்துலக்னம் காணும் முறை பற்றிய விவரம் பின் வருமாறு :

ஜாதகாலங்காரம் என்னும் மூலநூலில் இதைப் பற்றி விரிவாகக் குறிப்பிட்டு கணக்கீடுகள் அளித்துள்ளதுடன், சட்டென்று கணக்கீடுகள் இல்லாமலே அறிந்து கொள்ள பட்டியலும் கூட உள்ளது. எனினும் அதைக் கணக்கிடும் வழி முறையை வாசகர்கள் அறிந்து வைத்திருக்க வேண்டும் என்ற எண்ணத்திலேதான் இங்கு வழிமுறையும் அளிக்கப்பட்டள்ளது.

இந்து லக்னம் காண ஜாதகத்தில் முதலாவதாக ஜனன லக்னத்துக்கு 9ம் இடமான நவதிரிகோண அதிபதியார் என்பதைக் கண்டு கிரககளா பரிமாணப்படி அவருக்குரிய எண்ணைக் குறித்துக் கொள்ள வேண்டும். அடுத்து ராசி எனும் சந்திரன் இருக்கும் ராசிக்கு 9ம் இடஅதிபதி எவர் என்று கண்டு அவரின் எண்ணைக் குறித்துக் கொண்டு இரண்டையும் கூட்டி வந்த எண்ணை 12ஆல் வகுக்க வரும் மீதி எண்ணை சந்திரன் உள்ள ராசி முதல் எண்ணி வர எந்த ராசி வருகின்றதோ அதுதான் அந்த ஜாதகரின் இந்து லக்னமாகும். இதை ஒரு உதாரண ஜாதகம் மூலம் காணலாம்.

ஜன்ம லக்னம் மேஷம், ஜன்மராசி மிதுனம் என்று வைத்துக் கொள்வோம். மேஷத்துக்கு 9ம் இடம் தனுசு. அதன் அதிபதி குரு. இவருடைய எண் 10 ஆகும். அடுத்து ஜன்ம ராசியான மிதுனத்துக்கு 9ம் இடம் கும்பம். இதன் அதிபதி சனி. இவரின் எண் 1. இந்த இரண்டையும் கூட்டினால் வருவது 10 + 1 = 11 ஆகும். இதை 12ஆல் வகுக்க வேண்டும். ஆனால்

11 என்பது 12ஆல் வகுப்படாது என்பதால் அந்த 11 என்ற எண்ணை அப்படியே எடுத்துக் கொண்டு சந்திரன் நின்ற இடமான மிதுன முதல் எண்ணி வர 11க்கு மேஷம் வரும். மேஷம்தான் இந்த ஜாதகரின் இந்து லக்னமாகும்.

மற்றொரு உதாரணத்தையும் காணலாம். ஜனன லக்னம் கடகம், ஜனன ராசியும் கடகம் என்றே வைத்துக் கொள்வோம். கடகத்துக்கு 9ம் இடம் மீனமாகும். இதன் அதிபதி குரு. இவரின் எண் 10 ஆகும். 10 + 10 = 20 ÷ 12 = 8 ஆகும். கடகராசி முதல் எண்ணி வர 8ம் எண் கும்பத்துக் வரும். எனவே இவரின் இந்து லக்னம் கும்பமாகும்.

ஜனன லக்னம் சிம்மம், ஜனன ராசி தனுசு என்று கொள்வோம். லக்னமான சிம்மத்துக்கு 9ம் இடம் மேஷம். இதன் அதிபதி செவ்வாய். அவரின் எண் 6 ஆகும். ஜனன ராசியான தனுசுக்கு 9ம் இடம் சிம்மமாகும். இதன் அதிபதி சூரியன். இவரின் எண் 30 ஆகும். 30 + 6 = 36 ÷ 12 = 0 வரும். எனவே இந்த ஜனன ராசியான தனுசுக்கு 12வது ராசியைக் குறிக்கும். தனுசுக்கு 12வது ராசி விருச்சிகம். விருச்சிகம்தான் இவருக்கு இந்து லக்னமாகும்.

இந்து லக்னத்துக்கு சிறு அளவில்தான் பலன்கள் கொடுக்கப்பட்டுள்ளது என்றாலும் இது முக்கியமானதாகவே உள்ளது என்பதை மறுக்க முடியாது. ஒரு ஜாதகம் மிகச் சாதாரணமாக யோகபலம் இல்லாமலே காணப்படும். ஆனால் அந்த ஜாதகர் நல்ல யோகத்துடன் இருப்பார். காரணம் புரியாமல் குழப்பமடைய வேண்டியதாக இருக்கும்.

இந்து லக்னத்தில் உள்ள கிரகங்களின் தசா நடக்குமானால் அவர் எந்த நிலையில் இருந்தாலும் நல்ல யோகமான பலன்களைச் செய்வார் என்று கூறப்பட்டுள்ளது.

சுபராக இருந்து அவர் இந்து லக்னத்தில் இருந்தால் மிகுந்த யோகத்தை அளிப்பார். பாபராக இருந்தால்கூட இந்து லக்னத்தில் இருந்தால் அவர் தன் பாப பலன்களைக் கூட குறைத்து சுப பலன்களைச் செய்வார் என்றும் கூறப்பட்டுள்ளது.

இந்து லக்னத்தில் கிரகங்கள் இல்லையெனில் என்ன பலன்! இந்து லக்னத்தைப் பார்க்கும் கிரகங்கள் கூட நன்மையைச் செய்யும்.

இந்து லக்னத்தில் கிரகங்கள் இல்லாமலும், எந்த கிரகத்தின் பார்வையும் இல்லாமல் இருந்தால் தசாபுத்திகளுக்கேற்ப சாமான்ய பலன்களாகவே நடைபெறும். இந்து லக்னம் பலன் களை மாறுபடச் செய்வது அனுபவபூர்வ உண்மையாகும்.

எனவே வாசகர்கள் எளிமையான இந்த இந்து லக்ன அடிப்படையைப் பயன்படுத்தி ஜாதகத்தில் இந்து லக்னம் எதுவென்று குறித்துக் கொள்ளலாம்.

இனி எளிமையான பட்டியலைக் காணலாம்.

இந்து லக்ன அட்டவணை

ஜன்ம ராசி (சந்திராலக்னம்)

ஜன்ம லக்னம்	மேஷ	ரிஷப	மிதுன	கடக	சிம்ம	கன்னி	துலா	விர்ச்	தனுசு	மகர	கும்ப	மீனம்
மேஷம்	விருச்	மீனம்	மேஷ	கும்ப	விர்ச்	மிதுன	மீனம்	தனுசு	மீனம்	மிதுன	விர்ச்	மிதுன
ரிஷபம்	கும்ப	மிதுன	கடக	ரிஷப	கும்ப	கன்னி	மிதுன	மீனம்	மிதுன	கன்னி	கும்ப	கன்னி
மிதுன	கும்ப	மிதுன	கடக	ரிஷப	கும்ப	கன்னி	மிதுன	மீனம்	மிதுன	கன்னி	கும்ப	கன்னி
கடகம்	விர்ச்	மீனம்	மேஷ	கும்ப	விர்ச்	மிதுன	மீனம்	தனுசு	மீனம்	மிதுன	விர்ச்	மிதுன
சிம்மம்	கடக	விர்ச்	தனுசு	துலா	கடக	கும்ப	விர்ச்	சிம்ம	விர்ச்	கும்ப	கடக	கும்ப
கன்னி	மகர	ரிஷப	மிதுன	மேஷ	மகர	சிம்ம	ரிஷப	கும்ப	ரிஷப	சிம்ம	மகர	சிம்ம
துலாம்	கன்னி	மகர	கும்ப	தனுசு	கன்னி	மேஷ	மகர	துலா	மகர	மேஷ	கன்னி	மேஷ
விர்ச்சி	ரிஷப	கன்னி	துலா	சிம்ம	ரிஷப	தனுசு	கன்னி	மிதுன	கன்னி	தனுசு	ரிஷப	தனுசு
தனுசு	கடக	விர்ச்	தனுசு	துலா	கடக	கும்ப	விர்ச்	சிம்ம	விர்ச்	கும்ப	கடக	கும்ப
மகரம்	கன்னி	மகர	கும்ப	தனுசு	கன்னி	மேஷ	மகர	துலா	மகர	மேஷ	கன்னி	மேஷ
கும்பம்	மகர	ரிஷப	மிதுன	மேஷ	மகர	சிம்ம	ரிஷப	கும்ப	ரிஷப	சிம்ம	மகர	சிம்ம
மீனம்	கடக	விர்ச்	தனுசு	துலா	கடக	கும்ப	விர்ச்	சிம்ம	விர்ச்	கும்ப	கடக	கும்ப

ஜோதிட ஆராய்ச்சித் திரட்டு - மூன்றாம் பாகம் \ 186

நாம் இதுவரையில் புதிய விஷயங்கள் பற்றி கண்டோம். குறிப்பாக உடுமகாதசா, காலச் சக்கரதசா பற்றி அறிந்து கொண்டோம். இது அல்லாமல் வேறு சில திசாக்கள் பற்றி காணலாம். இதெல்லாம் கூட தற்போது வழக்கில் இல்லை என்றாலும் இதைப் பற்றியும் அறிந்து கொள்வதில் தவறு ஒன்றுமில்லை அல்லவா. சிறு விஷயங்களும் சமயத்தில் உதவக் கூடும்.

உத்பன்ன - ஆதான - பிராண - மஹா - மருத்யுதிசை என்பவைகளைப் பற்றி சிறு அளவில் இங்கு காணலாம்.

1. உத்பன்ன திசா :

ஒரு ஜாதகத்தில் பிறந்த நட்சத்திரமான ஜென்ம நட்சத்திரத்திற்கு 5 வது நட்சத்திர திசைதான் உத்பன்ன திசை ஆகும். உதாரணமாக ஒருவர் பரணி நட்த்திரத்தில் பிறந்திருந் தால் அதன் ஐந்தாவது நட்சத்திரம் திருவாதிரை ஆகும். திருவாதிரை நட்சத்திரம் ராகுவினுடைய நட்சத்திரமாகும். எனவே அந்த ஜாதகருக்க ராகு திசா உத்பன்ன திசாவாக வரும்.

2. ஆதான திசா :

ஒரு ஜாதகத்தில் ஜென்ம நட்சத்திரத்துக்கு 8வது நட்சத்திர திசாதான் ஆதான திசாவாகும். பரணி நட்சத்திரத்துக்காரருக்கு 8வது நட்சத்திரம் மகம் நட்சத்திரமாகும். மகத்தின் அதிபதி கேது. எனவே இவருக்கு கேது திசா ஆதான திசாவாகும்.

3. பிராணதிசா :

ஒரு ஜாதகத்தில் சூரியன் எந்த நட்சத்திரத்தில் உள்ளாரோ அந்த நட்சத்திர அதிபதியின் திசையே பிராணதசாவாக வரும்.

4. மஹாதிசை (அ) வாமதிசா :

வாமதிசா என்றும் அழைக்கப்படும் மஹா திசா என்பது ஜென்ம நட்சத்திரத்திற்கு 4வது நட்சத்திர அதிபதியால் ஏற்படுவது. பரணி நட்சத்திரத்துக்கு 4வது நட்சத்திரம் மிருக சீரிசமாகும். இதன் அதிபதி செவ்வாய். செவ்வாய் திசா மஹா திசாவாக வரும்.

5. மிருத்யு திசா :

மிருத்யு என்பதற்கு காலன் (அ) மரணம் என்று கூறப்படும். ஒரு ஜாதகத்தில் ஜென்ம நட்சத்திரத்துக்கு 3-5-7வது நட்சத்திர அதிபதிகளின் திசா மிருத்யு எனப்படும் மரண திசாக்களாக அமையும். குறைந்த ஆயுள் உடையவர்களுக்கு 3வது நட்சத்திர திசாவும், மத்திம ஆயுள் உள்ளவருக்கு 5வது நட்சத்திர திசாவும், தீர்க்காயுள் உடையவருக்கு 7வது நட்சத்திர திசாவும் மரணத்தை ஏற்படுத்தக்கூடியதாகும் என்று சொல்லப் பட்டுள்ளது.

மகாபிராணதிசா :

சூரியன் - சந்திரன் ஆகிய இருவரின் ஸ்புடங்களையும் கூட்டி வரும் மொத்த ஸ்புடம் எந்த நட்சத்திரத்தில் வருகின்றதோ, அந்த நட்சத்திர அதிபதியின் திசாவே மகா பிராணதிசா எனப்படும். வழக்கம் போல் இரண்டின் கூட்டுத் தொகை 360 டிகிரிக்கு மேல் வருமானால் 360 டிகிரியைக் கழித்துக் கணக்கிட வேண்டும்.

நிரியாணதிசா :

நிரியாணம் என்றால் மாரகம் அல்லது மரணம் என்று கூறப்படும். ஒரு ஜாதகருக்கு 4வது திசையாக சனிதசா வருமானால் அது நிரியாண திசா என்றும்; 5வது திசாவாக

செவ்வாய் திசா வருமானால் அது நிரியாண திசா என்றும்; 6வது திசாவாக குரு திசா வருமானால் அது நிரியாணதிசா என்றும்; 7வது திசாவாக ராகுதிசா வருமானால் அது நிரியாண திசாவாகும் என்று கூறப்பட்டுள்ளது.

எனினும் இது நடைமுறையில் சரியாக வரவில்லை. தவறி விடவே செய்கின்றது. ஆயுள் விஷயத்தில் அத்தனை கணக்கீடு களும் தவறுவதற்கான வாய்ப்பே காணப்படுகின்றது. முன்பே நம் புத்தகத்தில் ஆயுள் பற்றி குறிப்பிட்டுள்ளவைகளை நன்கு ஆய்வு செய்து நிர்ணயம் செய்வதுதான் சிறப்பானது. ஆயுள் விஷயம் என்பது சூட்சுமமானது. கணக்கீடுகள் மட்டுமின்றி அனுபவமும் அதிகம் தேவைப்படுகின்றது. எனவே அவசரப் பட்டு ஆயுள் பற்றி கூறுவது சிறப்பளிக்காது.

ஜெயமினி என்னும் மகரிஷி ஒரு சூத்திரம் எழுதி அதற்கு ஜெயமினி சூத்திரம் என்ற பெயர் உண்டு. அது ஒரு தனி நூலாக வருமளவுக்கு விஷயங்கள் உள்ளது. அதிலும் பல நுணுக்கமான ஜோதிட விஷயங்கள் உள்ளது. ஜெயமினி சூத்திரம் பற்றி தமிழில் தெளிவான நூல் இல்லை. வந்துள்ள ஓரிரு நூல்களிலும் தெளிவான விளக்கங்கள் கொடுக்கப்படவில்லை.

ஜோதிட மாமேதை டாக்டர் B.V. ராமன் அவர்களின் பாட்டனார் சூரிய நாராயணராவ் அவர்கள் ஜெய்மினி சூத்திரத்தை ஆங்கிலத்தில் மொழி பெயர்த்து அளித்துள்ளார்கள். சமஸ்கிருதத் தில் உள்ள அது ஹிந்தி - மற்றும் மலையாள பாஷைகளில் உள்ளது. தமிழில் வெளியிட மிகவும் பாண்டித்யம் தேவைப் படுகின்றது. என் குரு நாதர் காலம் சென்ற ஜோதிட மேதை தெய்வக்ஞசிரோமணி - வேத பண்டிதர் P.S. ஐயர் அவர்கள் மூலமாக வெளிக் கொணர பெருமுயற்சி எடுத்தேன். அவர்களும் அவசியம் எழுதி வெளியிடுவதாகச் சொன்னார்கள். ஆனால் காலன் அவசரப்பட்டு அவரை அழைத்துச் சென்று விட்டான்.

அந்த முயற்சி அப்படியே நின்றுவிட்டது. மூலநூல்களை அவர் மூலம் தமிழில் வெளிக் கொணர வேண்டும் என்ற என் முயற்சி வெற்றி பெறவில்லை. எனினும் விவாகவிஞ்ஞானம், தஜகநீலகண்டீயம் போன்றவைகள் வெளியாகின. எனினும் அதை பதிப்பித்து வெளியிட சூழ்நிலைகள் ஒத்துவராத காரணத் தால் அவரின் சில தமிழ் நூல்களும் கிடைப்பது அரிதாகி விட்டது. ஜெய்மினி சூத்திரம் சாதாரணமாக 200 பக்கங்களுக்கு மேல் வரக் கூடும். காலம் கைகூடி இறைவன் அருள் செய்தால் எளியேன் நான் முயன்று பார்க்கலாம் என்று உள்ளேன். தற்போது சிறு அளவில் அதைப் பற்றி குறிப்பிடுகின்றேன்.

ஜெய்மினி சூத்திரம் இரண்டு அத்தியாயங்கள் கொண்ட தாகவும், ஒவ்வொரு அத்தியாயமும் 4 பாகங்கள் கொண்ட தாகவும், ஒவ்வொரு பாகமும் பல சூத்திரங்களை உள்ளடக்கிய தாக உள்ளது. அவற்றில் ஏகப்பட்ட நுணுக்கமான விஷயங்கள் காணப்படுகின்றது. சில விஷயங்கள் பராசர முனிவரின் கருத்து களுக்கு மாறுபட்ட கருத்தாகவும் உள்ளது. நம் தமிழகத்தில் ஜெய்மினி சூத்திரங்களை பயன்படுத்தி பலன்கள் கூறுவோர் உள்ளனரா என்பது சந்தேகமே ! எனக்குத் தெரிந்தவரை என் குருநாதர் P.S. ஐயர் அவர்கள் ஜெய்மினி சூத்திரங்கள் அறிந்த வராக இருந்தார்.

வேறு எவரேனும் உள்ளனரா என்பது பற்றி என்னால் அறிய முடியவில்லை. அப்படி அறிந்திருந்தாலும் அதை முழுமை யாக தமிழில் வெளியிடுவார்களா என்பதும் உறுதியாக இல்லை. ஒரு சிலர் வெளியிட்டுள்ளது ஜெய்மினியைப் பற்றி ஓரளவுக்கு கூட அறிந்து கொள்ளும் வகையில் இல்லை எனும்போது முழுமையாக எப்படி அறிந்து கொள்வது. ஆங்கிலத்தில் பெங்களூர் சூரிய நாராயணராவ் (Dr. B.V. ராமன் அவர்களின்

பாட்டனார்) எழுதியுள்ளது முதல் இரண்டு அத்தியாயங்களைக் கொண்டதாக உள்ளது.

கடினமான ஆங்கில நடை என்பதுடன், பதங்களும் கடினமாகவே உள்ளது. நல்ல ஆங்கில - தமிழ் புலமை உடையவர்களால் (பிரும்மஸ்ரீ P.S. ஐயர் போன்றவர்களால்) தான் எளிமைப்படுத்த முடியும்.

ஜெய்மினியை தமிழ்ப் படுத்தியவர்கள் நிச்சயமாக ஓரளவுக்கு கூட வெளிப்படுத்த முடியவில்லை என்பது கசப்பான உண்மைதான். கம்ப்யூட்டர் கணிப்புகளில், ஜெய்மினி அடிப்படையில் லக்னங்கள், காரகாம்சம் குறிப்பிட்டாலும் அதைக் கொண்டு பலன்கள் கூறும் அளவுக்கு விரிவாக இல்லை என்பது துரதிர்ஷ்ட வசமானது.

நான் எளிமையாக்கி தமிழில் வெளிக்கொணரலாம் என்று எண்ணுகிறேன். எனினும் நல்ல ஆங்கிலப் புலமையும், தமிழ்ப் படுத்த மொழிமாற்றப் புலமையுடையவர் தேவைப்படுகின்றார். காலம் ஒத்துழைப்பு கொடுத்தால் என் முயற்சி வெற்றியாகலாம்.

ஜெய்மினி அடிப்படையானது பதாலக்னம் (அ) ஆரூட பதலக்னம்; உபபதாலக்னம்; தாராபதம்; ராஜ்ய பதம்; கோசபதம்; காரகாம்சம்; மற்றும் ஆத்மகாரகன்; அமாத்தியகாரகன்; தாரா காரகன்; பிரம்மா; மகேஸ்வரா; ருத்ரா; பிராணபதா என்ற பிரிவுகள் உள்ளது.

ஆத்மகாரகன் :

ஒரு ராசியின் 30 பாகைக்குள் அதிகமான பாகையில் உள்ள கிரகம் எதுவோ அதை ஆத்மகாரகன் என்று குறிப்பிடப் படுகின்றது ஆத்மகாரகன் என்பவர் அரசன் அல்லது லக்னாதி பதிக்கு நிகரானவர் ஆவார்.

அமாத்தியகாரகன் :

ஆத்மகாரகனுக்கு அடுத்தபடியான அதிகப் பாகையில் உள்ள கிரகம் அமாத்திய காரகராவார். அமாத்தியர் என்றால் அமைச்சர் என்று பொருள். அரசனுக்கு அடுத்தபடி அமைச்சர் தானே.

தாராகாரகன் :

சூரியன் முதல் சனி வரை உள்ள கிரகங்களில் கடைசி பாகையில் உள்ள கிரகம் தாராகாரகன் ஆவார். ஜெய்மினி விதிப்படி இவர் திருமணம் குறித்து முடிவெடுப்பவர். தாரா என்றால் திருமணம் என்பதைக் குறிக்கும். தாரம் என்றால் மனைவி அல்லவா. திருமண விஷயத்தில் தாராபலன் என்பதும் முக்கியமானதாகும். தாரா என்பது கன்னியை தாரை வார்த்து கொடுப்பது என்பதையும் குறிக்கும்.

பதாலக்னம் அல்லது ஆரூடபதாலக்னம் :

ஜென்மலக்னத்தில் இருந்து ஜென்ம லக்னாதிபதி இருக்கும் வீடு வரை எண்ணி வரும் ராசியின் எண்ணிக்கையை, லக்னாதி பதி இருக்கும் வீட்டிலிருந்து எண்ணி வர வரும் ராசி எதுவோ அதுதான் பதாலக்னம் அல்லது ஆரூட பதாலக்னம் ஆகும்.

கோசபதாலக்னம் :

2ம் இடத்திலிருந்து 2ம் இடத்தின் அதிபதி இருக்கும் ராசி வரை எண்ணி வரும் எண்ணிக்கையை 2ம் இட அதிபதி உள்ள ராசியிலிருந்து எண்ணி வரும் ராசியே கோசபதா லக்னம் எனப்படும். இது செல்வ நிலை பற்றி குறிப்பிடும்.

தாராபதலக்னம் :

7ம் இடத்திலிருந்து 7ம் இட அதிபதி உள்ள ராசி வரை எண்ணி வரும் எண்ணிக்கையை 7ம் இட அதிபதி இருக்கும்

இடத்திலிருந்து எண்ணி வரும் ராசியே தாராபதாலக்னமாகும். இது ஒரு ஜாதகரின் மனைவி அல்லது கணவன் பற்றி குறிப்பிடுவதாகும்.

ராஜ்யபதாலக்னம் :

10ம் இடத்திலிருந்து 10ம் இடத்தின் அதிபதியானவர் உள்ள ராசி வரை எண்ணி வந்த எண்ணிக்கையை 10ம் இட அதிபதி உள்ள ராசி முதல் எண்ணி வரும் ராசி எதுவோ அது ராஜ்யபதாலக்னமாகும். இது ஒருவரின் தொழில், உத்யோகம், பதவி, அரசியல் நிலை, செல்வாக்கு, அந்தஸ்து பற்றி குறிப்பிடும்.

உபபதாலக்னம் :

12ம் இடத்திலிருந்து 12ம் இட அதிபதி உள்ள ராசி வரை எண்ணி வரும் எண்ணிக்கையை, 12ம் இட அதிபதி உள்ள ராசி வரை எண்ணி வரும் ராசி எதுவோ அது உபபதாலக்னமாகும். இது ஒரு ஜாதகரின் திருமண காலம், திருமண நிலை - படுக்கை சுகம் பற்றி குறிப்பதாகும்.

காரகாம்சம் :

ஆத்மகாரகன் நவாம்சத்தில் உள்ள ராசியே காரகாம்சம் ஆகும். இது ஜாதகரின் தொழில் நிலை பற்றி காண உதவியான தாகும்.

பிரம்மா :

லக்னம் அல்லது 7ம் இடம், இந்த இரண்டில் எது வலுவாக உள்ளதோ, அந்த இடத்திலிருந்து 6, 8, 12 இட அதிபதிகள் எவரோ, அவர்களில் யார் வலிமை உள்ளவரோ அவர் பிரம்மா எனக் கூறப்படுவார்.

மகேஸ்வரா :

ஆத்மகாரகன் எவரோ அவருக்கு 8ம் இட அதிபதி மகேஸ்வரன் ஆவார். ஆத்மகாரகன் அல்லது ஆத்மகாரகனுக்கு 8ம் இட அதிபதியுடன் ராகு - கேது இணைந்திருந்தால் சூரியனுக்கு 6ம் இட அதிபதியே மகேஸ்வரனாவார்.

ருத்ரா :

ஜென்ம லக்னத்துக்கு 2ம் இட அதிபதிகளில் எவர் வலிமை யானவரோ அவர்தான் ருத்ரா. ஆட்சி, உச்சம் பெற்று இருந் தாலும், அல்லது ஆட்சி, உச்சம் பெற்றவருடன் சேர்ந்திருந்தாலும் பலமுண்டு, பாபர்களுடன் தொடர்புடன் இருந்தால் பலம் குறைந்தவராவார்.

பிராண பதா :

சூரிய உதயாதி சுத்த ஜனன நாழிகையை விகலையாக்கி, அதை 2ஆல் பெருக்கி வருவதுடன் சரராசியில் சூரியன் இருந்தால் சூரியனின் பாகையைக் கூட்ட வேண்டும். ஸ்திர ராசியில் சூரியன் இருந்தால் சூரியன் பாகையுடன் 240 பாகை யைக் கூட்ட வேண்டும். உபய ராசியில் சூரியன் இருந்தால் சூரியன் பாகையுடன் 120 பாகையைக் கூட்டி வரும் பாகையைக் கூட்டி வரும் தொகையை 360ஆல் வகுத்து வரும் மீதி எவ்வளவோ அதற்குரிய ராசியே பிராணபதா ராசியாகும்.

ஜெய்மினி சூத்திரப்படி கிரகங்களுக்கு பார்வை இல்லை. ராசிப் பார்வை மட்டும்தான் உண்டு என்று கூறப்படுகின்றது. சர ராசிகள் தனக்கு அடுத்துள்ள ஸ்திர ராசியைத் தவிர மற்றும் ஸ்திர ராசிகளைப் பார்க்கும். ஸ்திர ராசிகள் தனக்கு அடுத்துள்ள சரராசியைத் தவிர மற்ற சரராசிகளைப் பார்க்கும். உபய ராசிகள், மற்ற உபய ராசிகள் அனைத்தையும் பார்க்கும்.

கிரகங்களின் காரகத்துவம் பின்வருமாறு ஆகும்.

1. சூரியன் - தந்தை (பிதுர்) ஆத்மம் - செயல்
2. சந்திரன் - தாய் (மாதுர்) மனது - நவரத்தினம்
3. செவ்வாய் - சகோதிரங்கள் பூமி - பலம்
4. புதன் - மாதுலம் - தொழில் - புத்தி கூர்மை - வாக்கு பலம்
5. குரு - புத்திரம் - வித்தை (கல்வி) அந்தஸ்து - ஞானம் - பக்தி யோகம்
6. சுக்கிரன் - காமம் - இந்திரியம் - களத்திரம் - சந்தோஷம் - அறிவு
7. சனி - ஆயுள் - பிழைப்பு - மரணம்
8. ராகு - பாட்டன் - விஷ பாதிப்பு
9. கேது - பாட்டி - மோக்ஷம்

சனி - செவ்வாய் - புதன் - குரு - சுக்கிரன் - சந்திரன் - சூரியன் என்ற ஏழு வரிசையில் இவர்களின் பலம் உள்ளது. கடைசி பலம் சனி - உயர்ந்த பலம் சூரியனுக்கு. ராகு - கேது பலம் பற்றி குறிப்பிடப்படவில்லை.

ஜீவா :

ஒரு கிரகம் எந்த நட்சத்திர சாரத்தில் உள்ளதோ அந்த நட்சத்திர அதிபதி ஜீவா எனப்படுவார்.

சரீரா :

ஒரு கிரகம் எந்த நட்சத்திர அதிபதியின் சாரத்தில் உள்ளாரோ அந்த கிரகம் உள்ள நட்சத்திர அதிபதி சரீரா எனப்படுவார்.

ஆகமி :

ஜீவா - சரீராவாக வராத கிரகமாகும்.

சிராஸ்தா :

ஆத்மகாரகன் இருக்கும் நட்சத்திர அதிபதி சிராஸ்தாவாவார்.

யோக்தா :

ராசியில் மற்றும் அம்ஸத்தில் லக்னங்களைப் பார்க்கும் ஒரே கிரகம் யோக்தா எனப்படும்.

மேலே குறிப்பிட்டவைகள் எல்லாம் ஜெய்மினி சூத்திரத்தின் அடிப்படைகளாகும். ஜெய்மினியைப் பற்றி முழுமையாக அறிந்து கொண்டால்தான் இவைகளைப் பற்றி நன்றாக புரிந்து கொள்ள முடியும். நான் முன்பே குறிப்பிட்டபடி ஜெய்முனியின் சூத்திரங்கள் தனிப் புத்தகமாக வெளியிட வேண்டிய அளவில் உள்ளது. வாசகர்கள் அடிப்படையை அறிந்து கொள்ளவே இங்கு சிறு விளக்கம் கொடுக்கப்பட்டது.

இதுவே முழுமையான ஜெய்மினி விளக்கம் என்று வாசகர்கள் கருதிவிடலாகாது. இதுபோலவே வர்ஷபல் என்று "தஜக நீல கண்டீயம்" என்ற மூலநூலிலும் ஏகப்பட்ட விஷயங்கள் உள்ளது. அதுவும் தனிப்பட்ட புத்தகமாக வெளி வரக்கூடியதாக உள்ளது. மூலநூல்களின் சரியான மொழி பெயர்ப்புகள், எளிமையாக தமிழில் இல்லை. ஆங்கிலத்தில் உள்ளவைகளை மொழிபெயர்க்கும் போது எளிமை தேவைப் படுகின்றது.

"வராக மிகிரர்" எழுதிய "பிருகத் ஜாதகத்தை" முதலில் தமிழில் எளிமைப்படுத்தும் எண்ணம் உள்ளது.

காலமும், அன்னை கலைவாணியின் அருளும் ஒத்துழைத்தால் மூலநூல்கள் தமிழில் எளிமைப்படுத்தி அளிக்க முயற்சி செய்கின்றேன். உங்களின் அன்பான ஆதரவும், பெரும் வரவேற்புமே எனக்கு உறுதுணையாக இருக்கும். எனவே உங்கள் ஆதரவினை எனக்கு கடிதம் மூலம் தெரியப்படுத்துங்கள். கூடியவரை என்னால் இயன்ற வரை ஜோதிட சாஸ்திரத்தின் அளப்பறிய விஷயங்களை ஓரளவு என்ற அளவிலாவது மறைக்காமல் வெளிப்படுத்த முயற்சிக்கிறேன்.

என்னுடை நூல்கள் புதிய வாசகர் மட்டுமின்றி, ஜோதிடர் களாக, ஜோதிடத் தொழில் செய்பவர்களுக்கும் நல்ல வழி காட்டியாக உள்ளது என்பது பலரின் கடிதத் தொடர்பு மூலமாக அறிகின்றேன்.

வாசகர்களான உங்களுடன், என் மாணவர்களும் அதிகமான விஷயங்களை என்னிடம் எதிர்பார்க்கின்றார்கள். உங்களின் எதிர்பார்ப்புகளுக்கேற்ப அவ்வப்பொழுது இனி ஜோதிட நூல்கள் வெளியாகும்.

அடுத்து உங்களுக்கு "ஜோதிடத் துறையில் எனது அனுபவங்கள்" "முகூர்த்த தரங்கிணி" என்ற இரு நூல்களை விஜயா பதிப்பகம் மூலமாக வெளிவரும். அதுவும் உங்களுக்கு பல விஷயங்களை அளித்து வழிகாட்டியாக விளங்கும்.

நாம் ஏற்கனவே தசவர்க்கம் பற்றி அறிந்து கொண்டு உள்ளோம். அதற்கு மேலும் சில வர்க்கங்கள் உள்ளது. அவையும் சேர்த்து பதினெட்டு வர்க்கங்களாகும். மேலும் உள்ள 8 வர்க்கங்களுக்குரிய தெளிவான பலன் காணும் வழிமுறைகள் இல்லாத காரணத்தால் அது அவசியம் என்று கூறமுடியாது. எனினும் தற்போது கம்ப்யூட்டர் கணிப்பில் 18 வர்க்க சக்கரங் களும், ஷட்பலக் கணக்கீடும் போட்டுக் கொடுக்கப்படுகின்றது.

ஆனால் பலன் கூறுபவர்களின் தொகைதான் மிகவும் குறைவு. தசவர்க்கத்துக்கு மேலும் உள்ள 8 வர்க்கம் பற்றி அறிந்து கொள்ளுங்கள். அதன் விளக்கங்களையும், போடும் முறை பற்றியும் பிறதொரு நூலில் அளிக்க முயற்சிக்கிறேன். அதற்காக சில மூல நூல்களை ஆய்வு செய்து கொண்டுள்ளதால் இந்த நூலில் அளிக்க அவகாசம் இல்லை.

8 அம்சம் பற்றி காணலாம் :

1. சதுர்த்தாம்சம்
2. பஞ்சாம்சம்
3. சஷ்டாம்சம்
4. ஏதாதசாம்சம்
5. விம்சாம்சம்
6. சதுர்விம்சாம்சம்
7. அக்க்ஷவேதாம்சம்

மேற்கூறிய 8 சக்கரங்களையும் போடும் வழிமுறைகள் மற்றும் விளக்கத்தை தற்போது இந்த நூலில் கொடுக்க அவகாசம் இல்லாததால் தவிர்த்து விட்டேன். வேறு ஒரு நூலில் இதைப் பற்றி உங்களுக்கு அளிக்கின்றேன். இவற்றைப் பற்றியும் அறிந்து கொள்ளுங்கள். இனி பாவக ரீதியாக ஒரு ஜாதகத்தை எவ்வாறு ஆய்வு செய்வது என்பதை சுருக்கமாகக் காணலாம்.

முதல் இரண்டு பாகங்கள் மூலமாக தசவர்க்கம், பாவக ஸ்புடம் போடவும், "ஜோதிட ரகசியம்" புத்தகம் மூலமாக "நட்சத்திர துணை அதிபதி" அறியவும், அஷ்டவர்க்க கணிதம் மூலமாக அஷ்டவர்க்க கணிதம் போடவும் அறிந்து கொண்டு

உள்ளீர்கள். அதன்படி ஒரு ஜாதகத்தை முழுமையாகப் போட்டுக் கொண்ட பின், பலன் காண வேண்டும்.

முதலில் இராசிக் கட்ட அமைப்புக்கும், பாவகஸ்புட அமைப்புக்கும் கிரகங்கள் மாறியுள்ள நிலையைத் துல்லியமாகக் குறித்துக் கொள்ள வேண்டும். பாவகஸ்புடத்தில் கிரகங்கள் மாறும் போது, ஆரோகணகதி - அவரோகணகதி என்று இருவிதமாக மாறும். அதாவது ராசிக்கட்டத்திலிருந்து பாவகஸ்புட ரீதியாக முன் பாவத்துக்கு மாறினால் ஆரோகணகதி எனும் ஏறுமுகமாக கிரகம் அமையும்.

இராசிக்கட்டத்திலிருந்து பாவகஸ்புட ரீதியாக பின்னால் உள்ள பாவத்துக்கு மாறினால் அவரோகண கதி எனும் இறங்கு முகமாக கிரகம் அமையும். பாவ மத்தியஸ்புடத்துக்கு முன்னால் கிரகம் இருந்தால் அது ஆரோகணமாகும். பின்னால் இருந்தால் அது அவரோகண கதியாகும். இவ்வாறு உள்ள கிரகங்கள் ஏழு நிலைகளில் அமையும். 1. பாவ ஆரம்பசந்தி இது பாவ ஆரம்பத்தில் இருந்து 1 பாகைக்குள் இருந்தால் ஏற்படுவது. இதில் உள்ள கிரகங்களுக்கு பலம் நிஷ்பலம் எனும் 0 பலம் தான். 1 பாகை முதல் 6 பாகை வரை பாவ ஆரம்பமாகும். இதன் பலம் ½ ஆகும். 6 பாகை முதல் மத்தியின் 1.30 பாகை முன்னால் வரை மத்தியின் ஆரம்பமாகும். இது ¾ பலம்; மத்தியின் முன் 1.30 முதல் பின் 1.30 பாகை வரை பாவ மத்தியாகும். இது முழு பலம் எனும் 1 ஆகும்.

அடுத்து அவரோகண கதி பாவ மத்தியின் பின் 1.30 பாகை முதல் 4 பாகை வரை மத்தியின் முடிவு ½ பலம். அடுத்த 6 பாகை வரை பாவ முடிவு ¼ பலம், அதற்கு மேல் பாவ முடிவின் ரீதியாக கிரக நிலைகளை அறிந்து கொண்டால்தான் கிரக வலிமைகளை அறிந்து கொள்ள முடியும். அடுத்து பாவ

மத்திய ஸ்புடத்தின் டிகிரி அளவைக் கொண்டு என் துணை நட்சத்திர அதிபதி பட்டியலின்படி 12 பாவத்தையும் எவர் ஆளுமை செய்கிறார்கள் என்பதை ஒவ்வொரு பாவமாக குறித்துக் கொள்ளவும்.

இப்படி வரும் கிரகங்கள்தான் அந்தந்த பாவத்தை ஆளுமை செய்து பாவத்தை தன் கட்டுப்பாட்டுக்குள் வைத்திருப்பார்கள். இதன் மூலம் ஒவ்வொரு பாவத்துக்கும் உரிய கிரகம் எதுவென்று அறிந்து கொள்ளலாம். முன்பே ஒவ்வொரு கிரகத்துக்கும் உரிய ஆளுமை கிரகமான துணை நட்சத்திர அதிபதி யார் என்று அறிந்து கொள்ள வேண்டுவது அவசியம் என்று குறிப்பிட்டுள்ளேன். அதன்படி வரும் துணை நட்சத்திர அதிபதிதான் அந்த கிரகத்தை ஆளுமை செய்து கட்டுப்படுத்துபவர். கிரகத்துக்கும், லக்னத்துக்கும் நண்பராகவோ, சுய ஆதிபத்தியத்திலோ இருந்தால் திசையை நல்ல முறையிலும், பகைவராக இருந்தால் தீய பலன்களாகவும், சமத்துவம் பெறுபவராக இருப்பின் ஓரளவு நல்ல பலன்களாகவும் செய்வார்கள்.

பாவாதிபத்தியம் எவரின் துணை நட்சத்திர அதிபதி ஆளுமையில் வருகின்றதோ அவர்தான் அந்த பாவத்தின் நன்மை தீமை சமத்துவம் என்ற அடிப்படையில் முன்பு கூறியது போல செயல்படுத்துவார்கள். அத்துடன் ஒரு பாவமையம் எந்த அளவில் உள்ளதோ அதைக் கொண்டுதான் அந்த பாவத்தின் வலிமை இருக்கும். முன்பு குறிப்பிட்ட 7 நிலைகளின் அடிப்படையில் பாவ வலிமையையும் தீர்மானிக்க வேண்டும். பாவ சந்நிதியில் இருந்தால் பாவத்தின் பலம் 0 ஆகிவிடும்.

இந்நிலையில் பாவத்தின் அதிபதி மற்றும் அந்த பாவத்தின் ஆதிபத்திய கர்த்தா எனும் துணை நட்சத்திர அதிபதியின் பாவ வலிமையின் படிதான் அந்த பாவம் செயல்படும் என்பதால்

ஒவ்வொரு பாவத்தின் அதிபதி மற்றும் பாவாதிபத்திய கர்த்தா வான துணை நட்சத்திர அதிபதியின் பாவத்தின் 7 நிலைகளின் அவர் உள்ள நிலையைக் கொண்டு நிர்ணயம் செய்து கொள்ள வேண்டும்.

இது சட் பலம் எனும் கணக்கீடு போடாமலே பாவத்தைக் கொண்டும், துணை நட்சத்திர அதிபதியைக் கொண்டும் பாவ வலிமை, பாவாதி வலிமை, பாவாதிபத்திய கர்த்தாவின் வலிமை கொண்டு 70% அளவுக்கு நிர்ணயம் செய்துவிட முடியும்.

உதாரணமாக மேஷ லக்னம் என்று வைத்துக் கொண்டால் அது 1ம் பாவம் அதன் அதிபதி செவ்வாய். ஆனால் பாவம் உள்ள டிகிரியைக் கொண்டு நட்சத்திர துணை அதிபதி பட்டியல் மூலம் அந்த பாவத்தின் ஆதிபத்திய கர்த்தா எவர் என்று அறிந்து அதைக் குறித்து கொள்ள வேண்டும். இரண்டுக்கும் ஒரே அதிபதியும் வரலாம், மாறியும் வரக்கூடும்.

எனவே இந்த இருவரின் நிலை மற்றும் அந்த பாவத்தின் வலிமை ஆகியவற்றைக் கொண்டே அந்த பாவத்தின் நிலை பற்றி நிர்ணயம் செய்ய வேண்டும். இது ஆரம்பத்தில் கடின மாகவும், குழப்பமாகவும் இருந்தாலும் பழகப் பழக அனுபவம் ஆக ஆக எளிமையாகி விடும். சட்டென்று பார்த்த மாத்திரத் திலேயே நிர்ணயம் செய்துவிட முடியும்.

இவ்வாறு ஒவ்வொரு பாவத்தையும் நிர்ணயம் செய்து கொண்ட பின் சுபர், பாபர், சமர், யோகர் என்ற அடிப்படையில் தசா, புத்தி தேவையானால் அந்த்திர வாரியாகவும், கோசார கிரக நிலைகள் அடிப்படையிலும் பலன்களை நிர்ணயம் செய்து கூற வேண்டும்.

முதலில் லக்னத்தையும், அதன் பிறகு வரிசையாக 12 பாவங்களின் பலன்களையும் காணலாம். இந்த பலன் காணுமுன்

அஷ்டவர்க்கத்தையும் எடுத்துக் கொள்வது, தசவர்க்க பலத் தையும் இணைத்துக் கொள்வது நல்லது. பலன்கள் கூறுவது என்பது ஜோதிட நூல்களைப் படித்தவுடன் வந்துவிடுவது அல்ல. அதற்கு அனுபவம் அதிகமாகத் தேவைப்படுகின்றது. நாம் எவ்வளவுதான் கணிதங்களைப் போட்டாலும் அவைகளின் படி பலன்களை நிர்ணயம் செய்ய அனுபவம் என்பது அவசியத் தேவையாகும். கணித ஞானமே இல்லாதவர் கூட, ஜாதகத்தைப் பார்த்து தன் அனுபவ அறிவைக் கொண்டு நல்ல பலன்களைக் கூறிட முடியும்.

எனவே ஆரம்பத்தில் நமக்குத் தெரிந்த நண்பர்கள் - உறவினர்கள் என்று பலரின் ஜாதகங்கள் மூலமாக அனுபவ அறிவை பெற்று பலன்கள் நிர்ணயம் செய்வதில் நிபுணத்துவம் பெற வேண்டும். "ஆகா நமக்கு திறமையாக கணிதம் போட வருமே பலன் கூறிட முடியும்" என்று அலட்சியமாக இருந்து விட்டால் சரியான பலன் கூறிட முடியாது. என்னுடைய நூல்கள் மட்டுமே அன்றி மூலநூல்களின் பரிச்சியம் அவசியம் தேவை.

மூலநூல்களையும் படித்து அதன் கருத்துக்களையும் மனதில் பதிய வைத்துக் கொள்ள வேண்டும். கோசார கிரக நிலைகளுடன் ஜனன கால கிரக நிலைகளையும் தவறாமல் கருத்தில் கொள்ள வேண்டும். கோசார நிலைகள் சாதகமாக இருந்தாலும் ஜனன காலநிலைகளுக்கேற்பவே கிரகங்கள் பலன் செய்யும் என்பதை மறந்துவிடக் கூடாது. முக்கியமாக தசா - புத்தி பலன்கள் காண பாவகஸ்புட கிரக நிலையும், தசவர்க்க கிரக நிலையும், அஷ்டவர்க்க கணித கிரக நிலையும், மிகவும் உதவியாக இருக்கும்.

பலன்கள் கூறுவதில் எந்த ஒரு சிறு விஷயத்தையும் ஒதுக்கி விட முடியாது. இந்து லக்னம்; திதிசூன்யராசி; கிரக வேதை;

துணை நட்சத்திர அதிபதி; பாசகன்; போதகன்; வேதகன்; காரகன்; வக்கிரம்; வக்கிராஸ்தமனம்; அஸ்தமனம் கிரகயுத்தம் 7½ச் சனி; அஷ்டமச்சனி; அர்த்தாஷ்டமச்சனி; கண்டச்சனி; குருவின் சஞ்சார நிலை ஜென்ம குரு 3-6-8-12 இட குரு, ராகு - கேது சஞ்சாரம் சந்திராஷ்டம்; சுபர் - யோகர் - சமர் - பாபர் போன்ற வற்றையும் கவனத்தில் கொள்ள வேண்டும்.

கோசார பலன்கள் காணுவதில் அஷ்டவர்க்க கணித ரீதியாக வெகுவான பயனுள்ளதாக இருக்கும். ஏதோ பார்த்தோம் - சொன்னோம் என்று பலன் கூறுவதில் பெருமை இல்லை. அனைத்து விஷயங்களையும் கவனத்தில் கொண்டு நன்கு ஆய்வு செய்த பின்தான் பலன் கூற வேண்டும்.

முக்கியமான ஆயுள் பற்றிய விஷயத்தில் ஆயுர்தாய கணித அத்தியாயத்தில் நான் கூறியபடி ஆயுர்தாயக் கணிதம் மட்டுமே ஆயுள் விஷயத்தை தீர்மானித்துவிட முடியாது. 1. லக்ன பாவ வலிமை; 2. லக்ன பாவ அதிபதி வலிமை; 3. லக்ன பாவாதிபத்திய கர்த்தாவான துணை நட்சத்திர அதிபதி கிரகம்; 4. ஆயுள் பாவ வலிமை; 5. ஆயுள் பாவ அதிபதி வலிமை; ஆயுள் பாவாதிபத்திய கர்த்தா வலிமை; 3ம் பாவம் அதன் அதிபதி; அந்த பாவாதிபத்திய கர்த்தா; 6. ஆயுள் காரகர் சனியின் நிலை; ஆத்மகாரகரான சூரியனின் நிலை; மற்றும் குருவின் நிலை; சந்திரன் நிலை; பாபக்கிரகங்கள்! சுபக்கிரகங்களின் நிலையுடன் கோசார கிரக நிலையையும் அனுசரித்தே தீர்மானிக்க வேண்டும்.

சட்டென்று அவசரப்பட்டு ஆயுள் பற்றியோ, துர்பலன் களையோ நற்பலன்களையோ கூட கூறிடுதல் கூடாது. அது தவறாக அமைந்துவிடக் கூடும். எனவே பலன் கூறுவதில் ஆழ்ந்த ஜாதக ஆய்வு தேவை. முக்கியமாக கிரகங்கள் உள்ள

நிலையை ஸ்தானத்தில் ஆட்சி, உச்சம், மூலத்திரிகோணம், நட்பு, சமம், நீசம், பகை என்ற நிலைகளுடன் பார்க்கும் கிரகம் மற்றும் பார்க்கப்படும் கிரகம், பார்க்கப்படும் ஸ்தானங்கள், அந்த கிரகங் களுக்கும் இடத்தில் உள்ள கிரகங்கள் ஆகியன பற்றியும் கவனிக்க வேண்டியது அவசியமாகும்.

ஏனெனில் ஒவ்வொரு கிரகத்துக்கும், மற்ற பாவத்துக்கும் 8ம் இடத்தில் உள்ள கிரகங்கள், அந்த கிரகம் மற்றும் பாவத்துக்கு வேதை எனும் துன்பத்தை அளித்து அதன் பலத்தையும் செயல் பாட்டுத் தன்மையும் குறைக்கும். எனவே இந்த விஷயத்தையும் அவசியம் கவனித்தே ஆக வேண்டும். பலன்கள் கூறும் விஷயங் களில் ஏகப்பட்ட நெளிவு, சுளிவு தேவைப்படுகின்றது. நீக்கு போக்கு தேவைப்படுகின்றது. ஒரே மாதிரியாக ஜெராக்ஸ் காப்பி போல் பலன் நிர்ணயம் செய்துவிட முடியாது.

பாவ ரீதியாக 12 பாவங்களுக்கு ஒரே நேரத்தில் பலன் கூற வேண்டிய அவசியம் இல்லை. அம்மாதிரி கேட்பவர்கள் தொகை 5% சதவிகிதம் கூட இருக்காது. ஆனால் பெரும்பாலும் தாங்கள் எதற்காக வந்திருக்கின்றோம் என்பதை ஜோதிடரே அறிந்து கூற வேண்டும் என்று வாடிக்கையாளர்கள் எண்ணுவது உண்டு. நல்ல அனுபவம், மற்றும் மனோத்துவம், சமுத்திரிக்கா லட்சணம் போன்ற அடிப்படையில் 40% அளவுக்கு கூறிடவும் முடியும்.

கிரக நிலைகள் கோசாரப்படி உள்ளதையும், தசா, புத்தி அந்திரங்களை நன்கு ஆய்வு செய்வதன் மூலமும் கூட 40% அளவுக்கு கூறிட முடியும். அதைவிடவும் ஹோரா சாஸ்திரம் எனும் ப்ரச்னஜோதிடம் மூலமாகவும் வாடிக்கையாளர் வந்துள்ள விஷயம் பற்றி 50% அளவுக்கு கூறிட முடியும். சில ஜோதிடர்கள் வேறு சில குறுக்கு வழிகள் மூலமாகவும் அறிந்து கூறுவதுண்டு.

எனினும் வருபவர்கள் தாங்கள் எதற்காக வந்துள்ளோம், தங்களுக்கு என்ன விவரங்கள் தேவை என்பதைக் கூறி பலன்களைக் கேட்பதுதான் சிறந்தது.

அவ்வாறு கேட்பவர்கள் தொகை குறைவுதான். ஜோதிடர் தெய்வம் போல் அனைத்தையும் கூற வேண்டும் என்று எதிர் பார்ப்பவர்கள் அதிகம். முக்கியமாக திருமணப் பொருத்தம் காண வருபவர்கள் தாங்கள் மனதில் உள்ளதையே ஜோதிடரும் சொல்கின்றாரா என்று எதிர்பார்ப்பதுண்டு. அப்படி சொன்னால் சரியாக இருக்கும் என்ற எண்ணம். எவ்வளவு கணிதம், படிப்பு, அனுபவ அறிவு இருந்தாலும் ஜோதிட சாஸ்திரத்தில் 100% சதவிகித பலன் இயலாது என்பதை ஒப்புக்கொள்ளத்தான் வேண்டும்.

அதிகபட்சமாக 60% சதவிகிதம் அளவுக்கு நல்ல நிபுணத் துவம் பெற்றவர்களால் கூற முடியும். ஏதோ பார்த்தோம் - சொன்னோம் என்பதெல்லாம் பட்டால் படும், விட்டால் விடும் என்ற ரகம்தான். ஜோதிடத் துறையில் நல்ல முறையில் நிபுணத்துவத்துடன் பலன் கூறுகின்றவர்கள் தொகை குறைவு தான்.

வெடிகுண்டுகளைத் தூக்கி போட்டு, வருகின்றவர்களை நிலை குலைய வைத்து, அதனால் வேறு வகையில் ஆதாயம் பெறுகின்றவர்கள் தொகை சற்றே அதிகம்தான் என்பது கசப்பான உண்மையாகும். உண்மை பலருக்கு கசப்பாகத்தான் இருக்கும்.

எனினும் நம் வாசகர்கள் என்னுடைய நூல்களின் மூலமாக சரியான வழிமுறைகளை அறிந்து கொண்டுள்ளீர்கள். இத்துடன் முடிந்து விடாமல் மேலும் புதிய நுணுக்கமான விஷயங்களை இன்னும் வரும் புத்தகங்களில் அளிப்பேன். ஒவ்வொரு புத்தகம் வெளியானதும் வாசகர்களின் தொகை

அதிகமாவதை உங்களிடம் இருந்து வரும் கடிதங்கள் எனக்கு உணர்த்துகின்றன.

எனவே உங்களின் கடிதங்கள் எனக்கு எழுத வேண்டும் என்ற ஊக்கத்தை அளிப்பதால் உங்களின் அபிப்பிராயங்களை கடிதம் மூலம் எதிர்பார்க்கின்றேன். எனக்கு நேரம் குறைவுதான் என்றாலும் கூடியவரை பதில் எழுதாமல் இருப்பதில்லை.

இந்த ஜோதிட ஆராய்ச்சித் திரட்டு III-ம் பாகம் மூலம் மேலும் புதிய விஷயங்களை அறிந்து கொண்டுள்ள உங்களுக்கு இன்னும் பல புதிய நூல்கள் மூலம் புதிய நுணுக்கமான விஷயங்களை மறைக்காமல் கொடுக்க முயற்சி செய்து கொண்டே இருப்பேன்.

ஜோதிடப் பணியில் என்றும் தங்கள் அன்பான

மு. மாதேஸ்வரன் MICAS

ஜோதிஷ் வாசஸ்பதி - தெய்வக்ஞசிரோமணி
சோதிடப் பேராசிரியர்.
முதல்வர் : மாருதி ஜோதிடப் பயிற்சி மையம்.